திருமூலர்

திருமூலர்

சக்திவேல்

கிழக்கு

திருமூலர்
Thirumoolar
Sakthivel ©

First Edition: May 2007
96 Pages

ISBN: 978-81-8368-311-1
Title No: Kizhakku 788

Kizhakku Pathippagam
177/103, First Floor,
Ambal's Building, Lloyds Road,
Royapettah, Chennai 600 014.
Ph: +91-44-4200-9603

Email : support@nhm.in
Website : www.nhm.in

Author's Email : cheyyarsakthivel@gmail.com

Kizhakku Pathippagam is an imprint of New Horizon Media Private Limited

மனம் மகிழட்டும்

(சர்வ மதங்களுக்கும் பொதுவான பிரபஞ்ச சக்தியைப் போற்றும் துதி)

- **உலகமெல்லாம் நிறைந்த பரம்பொருளே**
  எல்லா உயிரும் நீயே
  எல்லா செல்வங்களும் நீயே
  உனது அருள் எப்போதும் எங்களைக்
  காத்து நிற்கிறது
  இந்த உண்மையை நாங்கள் உணர
  அருள்புரிவாய்.
- **பசிக்கு உணவு ஆவாய்**
  பருகும் நீர் ஆவாய்
  நோய்க்கு மருந்தாவாய்
- **இருள்போக்கும் ஒளியே**
  வறுமை நீக்கும் செல்வமே
  வாழ்வும் வளமும்
  உனது நன்கொடைகள்
  அன்பும் அறனும் உனது
  அற்புதப் படைப்புகள்
- **பிரபஞ்சமே பராசக்தியே**
  உன்னில் பிறந்து
  உன்னில் வளரும் எங்களை
  உன்னதமாக்கி அருள்புரிவாய்!

உள்ளே...

1

‘இந்தியா சுதந்திரம் அடைந்த ஆண்டு?’ தூக்கத்திலிருக்கும் ஒருவனை எழுப்பிக் கேட்டால் கூட பதில் சொல்லி விடுவான் கி.பி. 1947 என்று.

அப்படிப்பட்ட எளிமையான கேள்வி அது.

‘மிகக் கடினமான கேள்வி ஒன்றைப் பார்ப் போமா?’

‘திருமூலர் வாழ்ந்த காலம் எது?’

இந்தக் கேள்விக்கு அவ்வளவு எளிமையாக பதில் அளித்து விட முடியாது.

நம்மால் மட்டுமல்ல, ஆய்வாளர்களால் கூட ஒருமித்த கருத்தைக் கூறமுடிய வில்லை.

முடியாது என்று விட்டுவிட முடியாது. நாமும் கொஞ்சம் ஆராய்ந்து பார்ப்போமே.

தேவாரம் பாடிய நால்வருள் ஒருவரான சுந்தரர் வாழ்ந்த காலம் 9 ஆம் நூற்றாண்டு. இது உறுதியான தகவல்.

'நம்பிரான் திருமூலர்' என்று தம் நூலில் போற்றி பாடியுள்ளார் சுந்தரர். எனவே, சுந்தரருக்கு முற்பட்டவர் திருமூலர்!

ஒரு செவி வழிச் செய்தி:

ஒருமுறை, திருஞான சம்பந்தர் திருவாவடுதுறைக்கு வந்திருந் தார். அந்த ஊர் கோயிலில் எழுந்தருளியிருக்கும் சுவாமியை தரிசிக்க வேண்டும் என்பதே அவரது நோக்கம். பிராகாரத்தைச் சுற்றி வந்த அவர் திடீரென ஓரிடத்தில் நின்றார்.

தன்னைத் தொடர்ந்து வரும் தொண்டர்களைப் பார்த்து ஆணையிட்டார்.

'இங்கு தமிழ் மணம் கமழ்கின்றது. இந்த இடத்தை உடனே தோண்டிப்பாருங்கள்' என்றார்.

சம்பந்தரின் கட்டளையை ஏற்று, தோண்டிப் பார்த்த தொண்டர்களின் கைகளில் கிடைத்ததோ, திருமந்திரப் பாடல்கள்!

இந்தச் செய்தியைக் கருத்தில் கொண்டால், திருஞானசம் பந்தருக்கு முற்பட்டவர் திருமூலர் என்பது உறுதியாகிறது.

சம்பந்தர் வாழ்ந்த காலம் கி.பி. ஏழாம் நூற்றாண்டின் முற்பகுதி.

திருவாசகம் இயற்றிய மாணிக்கவாசகர் வாழ்ந்த காலம் கி.பி. 4-ஆம் நூற்றாண்டு என்று கருதலாம். ஏனெனில், மாணிக்க வாசகர் பாடல்களில் பல்லவர் பற்றிய செய்திகள் எங்குமே இல்லை. பல்லவர் பற்றிய செய்தியே 4-ஆம் நூற்றாண்டின் இறுதியில்தான் தொடங்க காண்கிறோம்.

ஆகவே, மாணிக்கவாசகருக்கும் முற்பட்டவர் திருமூலர் என்பது தெளிவு. அதாவது 4-ஆம் நூற்றாண்டுக்கு முன்பு வாழ்ந்தவர் என்பது உண்மை.

திருமூலர் காலத்தை வேறொரு கோணத்திலும் ஆராய்ந்து பார்க்கலாம்.

ஒவ்வொரு கால கட்டத்திலும் ஒவ்வொரு வகையான பாவகை ஆதிக்கம் செலுத்தியிருக்கிறது.

புதுக்கவிதையும், ஹைக்கூவும் இக்காலத்தில் செல்வாக்கு பெற்றிருப்பதைப் போல.

திருமூலர் பாடல்கள் அனைத்தும் 4 அடிகளைக் கொண்டது. ஒவ்வோர் அடியும் 4 சீர்களால் அமைந்தது. அதாவது கலிவிருத்தம் என்ற பாடல் வகையால் பாடியுள்ளார். சங்க காலத்தில் இந்த வகையான பாவகை கலித்தாழிசை எனப்பட்டது.

ஆகவே திருமூலர் பாடல்களில் சங்க காலத்துப் போக்கே காணப்படுவதால், இவர் சங்க காலத்துப் புலவர் என்றே தெரியவருகிறது. இவர் வாழ்ந்த காலம் சங்க காலம் என உறுதியாக நம்பலாம்.

சங்க காலம் என்று எண்ணும் போது மூன்று சங்ககாலங்கள் இருந்ததாக தெரிய வருகிறது.

முச்சங்கங்கள் இருந்த குறிப்பினை இறையனார் களவியல் உரையில் காணலாம்.

கடைச் சங்கம் இருந்து தமிழ் ஆய்ந்த காலம் ஆயிரத்து எண்ணூற்று ஐம்பது ஆண்டுகள்.

இடைச்சங்கம் இருந்த தமிழ் ஆய்ந்த காலம் மூவாயிரத்து எழுநூறு ஆண்டுகள்.

தலைச்சங்கம் இருந்து தமிழ் ஆய்ந்தகாலம் நாலாயிரத்து நானூற்று நாற்பது ஆண்டுகள்.

ஆக, முச்சங்கம் இருந்து தமிழ் ஆய்ந்த காலம் ஒன்பதினாயிரத்துத் தொள்ளாயிரத்துத் தொண்ணூறு ஆண்டுகள்.

ஆக திருமூவரும் தலைச்சங்கக் காலத்தவராக ஏற்போமேயானால் 9990 - ஆண்டுகளுக்கு முற்பட்டவர் என்பது தெரியவருகிறது.

உலகப் பெரியவர்கள் தோற்றத்திற்குப் பல காரணங்கள் உண்டு. சிறப்பான நோக்கம், பாதைகளையும் பயணங்களையும் பயனுள்ளதாக்கி விடும்.

உறுதியான நோக்கம், பல்வேறு குழப்பங் களுக்கு முற்றுப் புள்ளி வைத்து விடுகிறது.

'இது சைவ உணவு விடுதி' என்று அறி வித்துவிட்டால் அங்கே அசைவ உணவுக் காக அலைய வேண்டியிருக்காது.

தன் வாழ்நாளை முடிக்கும் வரை, இந்த பூமிக்கு வந்ததன் நோக்கம் அறியாமலேயே கண்மூடுபவர் பலர்.

ஆனால், இறைவனின் திருவிளையாடல் களுக்கும், அவதாரங்களுக்கும் நோக்கம் நிச்சயம் உண்டு. மகான்களின் பிறப்புக்கும் அப்படியே.

2

திருமூலரின் பூமி வருகைக்கும் ஓர் உயர்ந்த நோக்கம் இருந்தது.

'எனை நன்றாக இறைவன் படைத்தனன்
தன்னை நன் றாகத் தமிழ்செய்யு மாறே'

வேத ஆகமங்களின் கருத்தைத் தமிழ்மொழியில் ஆக்கச் செய்யவே, இறைவன் இவரை இவ்வுலகில் படைத்தாராம்.

'சீலாங்க வேதத்தைச் செப்ப வந்தேனே'

'அரண் அடி நாள்தொறும் சிந்தை செய்து
ஆகமம் செப்ப லுற்றேனே'

தான் பூமிக்கு வந்ததன் நோக்கத்தை, திருமூலர் மேற்கண்ட வாறு பாடியுள்ளார்.

சைவ ஆகமங்களை இவ்வுலகில் பரப்பவே திருமூலர் தோன்றினார் என்பது தெளிவாகிறது.

'பெரிய புராணம்' இயற்றிய சேக்கிழார் திருமூலரின் பிறவி நோக்கம் பற்றி கூறுகையில்,

'குறுமுனிபால் உற்றதொரு கேண்மையினால்
உடன் சிலநாள் உறைவதற்கு நற்றமிழின்
பொதிய மலை நண்ணுதற்கு வழிக்கொண்டார்'

அகத்திய முனிவன் மீது கொண்ட நட்பால், அவருடன் பொதிகைமலையில் சிலகாலம் தங்கிவிட்டுச் செல்வதற்காக திருமூலர் வந்தாராம்.

திருமூலர் ஒரு தமிழ்க் காதலர். தமிழில் மந்திரங்கள் இல்லை என்போர் தலையில் குட்டு வைப்பதற்காகவே ஆகமங்களை தமிழில் செய்ய வந்தவர். நோக்கம் உயர்ந்ததாக இருந்த தால்தான் திருமூலரால் காலத்தைக் கடந்து வாழ முடிகிறது.

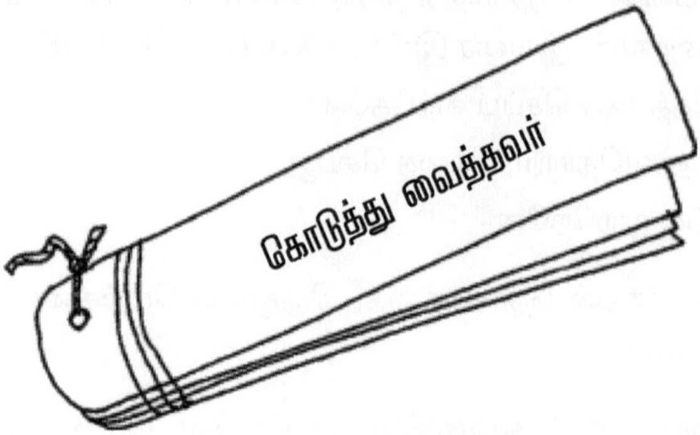

படித்த மேதைகள் முதல் படிக்காத பாமரன் - வரை, திருமூலரைப் போற்றிப் புகழ் கின்றனர்.

புலவர்கள், யோகிகள், ஆன்மிகப் பெரி யோர் என அனைத்துத் தரப்பினராலும் திருமூலர் உச்சி முகரப் படுகிறார்.

'சக்ரவர்த்தி தவராச யோகி எனும் மிக்க
திருமூலன் அருள்மேவுநாள் எந்நாளோ?'

திருமூலரின் அருள் எனக்குக் கிடைக்கும் நாள் எந்த நாளோ என்று ஏங்கிப் பாடி யுள்ளார் தாயுமானவர்.

'திருமூல தேவனையே சிந்தை செய் வார்க்குக் கருமூலம் இல்லையே காண்'

திருமூலரைச் சிந்திப்பவருக்குப் பிறவித் துன்பம் என்பதே இல்லாமல் நீங்கிவிடும். பிறவாமை எனும் பேரின்பத்தில் அவர்கள் திளைத்திருப்பார்கள் என்று பெயர் அறியா புலவர் ஒருவர் பாடிச் சென்றுள்ளார்.

3

‘நந்தி அருள்பெற்ற நான்மறை யோகிகள்’

‘அணிமாதி வரும் சித்தி பெற்றுடையார்’

‘அருள்புரியும் தவ முனிவர்’

‘சைவ நெறி மெய்யுணர்ந் தோர்’

‘பொங்கு தவத்தோர்’

‘நலம் சிறந்த ஞான யோகக் கிரியை சரியை
எலாம் மலர்ந்த மொழித் திருமூலத் தேவர்’

‘உள் உணர்வை ஞானம் முதலிய ஒரு நான்குண்மை
தெள்ளு தீந்தமிழால் கூறும் திருமூலர்’

பலப்பலவாறு போற்றி வணங்கியுள்ளார் சேக்கிழார்.

இப்படியாக, தவமுனிவர்களாலும் புலவர் பெருமக்களாலும் பாராட்டுகளைப் பெற்ற திருமூலர். நந்தி தேவனின் அருள் பெற்ற சிவயோகிகளுள் குறிப்பிடத் தகுந்தவர்.

நந்திதேவனின் அருளாசி பெறுவது, அவ்வளவு எளிதான காரியமில்லை.

‘நந்தி போல குறுக்கே நிக்குறான் பாரு’ என்று பலர் சொல்லக் கேட்டிருக்கிறோம்.

‘இடைஞ்சல்’ பேர்வழிகளுக்கு நாம் சூட்டியிருக்கும் பட்டப் பெயர் ‘நந்தி’

நந்தியின் பெருமையறிந்தால் நாம் இப்படிப் பேச மாட்டோம்.

நரகரை விட மேலானவர் மனிதர். மனிதரை விட மேலானவர் தேவர். தேவரை விட மேலானவர் பிரம்மா. பிரம்மாவை விட மேலானவர் திருமால். அந்தத் திருமாலே சிவபெருமானைத் தரிசிக்க வேண்டுமென்றால், நந்திதேவரின் அனுமதி பெற்றுத் தான் செல்ல முடியும்.

இந்திரன் முதலான தேவர்கள் அனைவருக்கும் சிவநெறியை போதிப்பது நந்தியே. சிவனின் திருவடியைக் காண்பதே பாக்கியம்.

ஆனால், நந்திதேவனோ பந்த பாசம், மாயை போன்ற வற்றிலிருந்து முழுவதுமாக விடுபட்டவன். ஈசன் திருவடியில் அமர்ந்து பேரின்பத்தைப் பெறும் பேறு பெற்றவன். அதுவும் நிரந்தரமாக அனுபவிக்கும் பெரும்புள்ளி.

சிவனின் எண்ணமறிந்து, உரியவரை அவரிடம் அனுப்பி வைப்பவர். அந்தரங்க உதவியாளர் மாதிரி.

இத்தகைய பெருமைக்குரிய நந்திதேவரின் அருளாசியைப் பெற்ற திருமூலர், உண்மையில் கொடுத்து வைத்தவரே!

4

‘குழந்தை பிறந்துவிட்டது’ என்ற செய்தியைக் கேட்டவுடன் நம் மனம் துள்ளிக் குதிக்கிறது. தெரிந்தவர்களுக்கெல்லாம் இனிப்பு வழங்கி, நம் மகிழ்ச்சியைப் பகிர்ந்து கொள்கிறோம். கடன் வாங்கியாவது நண்பர்களுக்கு ‘விருந்து’ வைக்கிறோம்.

உண்மையில் அந்த நாள் குழந்தை பிறந்த நாள் என்று சொல்வதை விட, குழந்தையுடன் சேர்ந்து, நோய் பிறந்த நாள் என்று சொல்லலாம் என்கிறார் திருமூலர்.

பத்து மாத காலம் கருப்பையில் வளர்கின்ற குழந்தை, வாயுவில் உள்ள பிராண சக்தியை இழுத்துக் கொண்டு திடமாக வளர்கிறது. அப்படி வளரும்போது அக்னியானது குழந்தையின் சிரசை தாக்கும். இத்தாக்குதல் பத்தாவது மாதத்தில் அதிகமாகி, வாயுவுடன் கலந்து குழந்தையை கீழ் நோக்கித் தள்ளும். இதனை, குழந்தை பிறந்தநாள் என்று சொல்கிறோம். குழந்தை

நோயுடன் பிறந்தது என்று வீணர்கள் உணர்வதில்லை என்கிறார் திருமூலர்.

மனித உடலானது பஞ்ச பூதங்களால் உருவாகிறது. பஞ்ச பூதங்களினால் வளர்க்கப்படுகிறது.

பஞ்ச பூதங்களில் நிலமானது நாசியிலும், தீயானது. கண்களிலும், நீரானது நாவிலும், ஆகாயமானது காதிலும், வாயுவானது உடல் முழுவதுமாக பரவி இருக்கிறது.

பஞ்ச பூதங்களுள் தீ, காற்று, நீர் ஆகியவைதான் உடலுக்கு கடுமையான விளைவுகளை ஏற்படுத்துகின்றன. இதனைத்தான் உஷ்ணம் - வாயு சிலோத்துமம் என்று கூறுகிறோம்.

வாயுவால் வாத நோய்கள் ஏற்படுகின்றன. தீயால் பித்தம் தொடர்பான நோய்கள் உருவாகின்றன. நீரால் சிலோத்து நோய்கள் ஏற்படுகின்றன.

கைகால் குடைச்சல், விலாப்புறங்களில் குடைச்சல், உடல் முழுதும் வலி, குடல் புண், மலச்சிக்கல், சீதளம் போன்றவையெல்லாம் வாதத்தினால் வரும் வேதனைகள்.

வாந்தி, வாயில் அதிகமாக நீர் ஊறுதல், உடல் உஷ்ணம், உடல் எரிச்சல், வாய்க்கசப்பு, மனக் குழப்பம் போன்றவை பித்தத்தினால் பிறக்கும் கேடுகள்.

மேல்மூச்சு வாங்குதல், வறட்டு சுரம், இரத்தம் கக்குதல், இருமல் உண்டாகி இரு பக்க விலாவும் நோகுதல், சளி உண்டாகி உடல் இளைத்தல் போன்றவை சிலேத்துமத்தால் உடலுக்கு ஏற்படும் சிக்கல்கள்.

இந்த மூன்று வகை தோஷங்களின் இருப்பிடங்களாக திருமூலர் கூறியிருப்பதாவது.

அறிந்திடும் வாதம் அடங்கும் மலத்தினில்
பிறந்திடும் பித்தம் பேராஞ் சலத்தினில்

மறிந்திடும் ஐயம் வசிக்கும் விந்துவில்
உறைந்திடும் இம்மூன்றுக்கும் உறவாம் தலமிதே

வாத தோஷத்தின் இருப்பிடம் மலம்; பித்த தோஷத்தின் இருப்பிடம் சிறுநீர். சிலேத்தும தோஷத்தின் இருப்பிடம் விந்து ஆகும்.

நோய் எவ்வாறு பிறக்கிறது என்று சொன்ன திருமூலர், நோய் நீங்குவதற்கான அற்புத மருந்துகளையும் கூறியுள்ளார். ஆகவே, மன உறுதியுடன் நோயை வெல்லுங்கள் என்பதே திருமூலர் நமக்கு விடுக்கும் அழைப்பாகும்!

5

மருத்துவத் துறையிலும் தான் ஒரு ஜாம்ப வான் என நிரூபித்தவர் திருமூலர்.

அந்த மாமுனிவனின் 'மாஸ்டர் செக்-அப்' இதோ.

நமது உடலில் மூலாதாரத்திலிருந்து இரண் டாயிரம் நாடிகள் வியாபித்து இருக்கின்றன. இவற்றில் மிக முக்கியமானவை பத்து நாடி களாகும். இதனை தச நாடிகள் என்றும் கூறுவர். இவற்றுள்ளும் இடகலை, பிங் கலை, சுழிமுனை எனப்படும் நாடிகளே மிக முக்கிய நாடிகளாகும். இதனை மும்முனை நாடிகள் என்றும் கூறுவர். இந்த மூன்று நாடிகளின் வழியாகத்தான் ஆறு ஆதாரச் சக்கரங்களும், மூன்று மண்டலங் களும் பரவி இருக்கின்றன.

இவற்றுள் இடகலை நாடியானது வாயு என்ற தாதுவுக்குப் பிறப்பிடம் ஆகும். அதைப் போலவே பிங்கலை என்பது பித்தத் துக்கும், சுழிமுனையானது கபத்துக்கும் பிறப்பிடமாக உள்ளது.

ஒருவருக்கு என்ன நோய் வந்துள்ளது என்பதை அறிய வேண்டுமானால், மும்முனை நாடிகளின் ஓட்டத்தைக் கூர்ந்து கவனிக்க வேண்டும்.

நோயாளியின் வலதுகை கட்டை விரலின் கீழே நமது வலது கையிலுள்ள ஆள்காட்டி விரல், நடுவிரல், மோதிர விரலை வைத்து அழுத்திப் பார்க்க வேண்டும்.

இப்போது, நமது ஆள்காட்டி விரலில் கீழே இருப்பது வாத நாடியாகும். நடுவிரலின் கீழே இருப்பது பித்த நாடியாகும். மோதிர விரலின் கீழே இருப்பது சிலோத்தும நாடியாகும்.

குறியாம் வலக்கரம் குவிந்த பெருவிரல்
மறிவாய் அதன்கீழ் வைத்திடும் மூவிரல்
பிறிவாய் மேலேறிப் பிலத்தது வாதமாம்
அறிவாய் நடுவிரல் அமர்ந்தது பித்தமே!

என்று பாடியுள்ளார் திருமூலர்.

பித்தம், வாதம், சிலோத்துமம் ஆகிய மூன்று தோஷங்களை யும் ஒரே நரம்பில் அறிந்து கொள்ளலாம்.

வாத நாடியானது, கோழியின் நடை போன்று துடிக்கும். பித்த நாடியானது துள்ளிக் குதிக்கும் தவளையைப் போன்று குதித்து ஓடும். சிலோத்தும நாடியோ, ஊர்ந்து நகரும் பாம்பு போல செல்லும்.

ஆரோக்கியமான ஓர் மனித உடலில், வாத நாடியானது ஒரு மாத்திரை அளவு துடிக்கும். பித்த நாடி, அரை மாத்திரையளவு துடிக்கும். சிலோத்தும நாடியோ, கால் மாத்திரையளவு துடிக்கும். இவற்றிற்கு மாறுபட்ட அளவில் நாடித்துடிப்பு உணரப்பட்டால், அந்த உடம்பில் ஏதோ கோளாறு என்று அர்த்தம்.

நோயாளியின் தொப்புழ்ப் பகுதியில் ஒரு விரலை வைத்து கவனிக்கும் போது நாடித்துடிப்பானது மிக வேகமாக எழும்பி

ஓடினால், அதற்கு மகா தோஷம் என்று பெயர். அதாவது, பெரிய ஆபத்து ஒன்று காத்திருக்கிறது என்று அர்த்தம். ஏனெனில், இந்தப் பகுதியே வாயுவுக்கு ஆதாரமாக விளங்குவதாகும்.

நோயாளிக்கு பித்தநாடி அடங்கியிருந்தால், வைத்தியம் பார்ப்பது வீணான வேலையாகும். கபம் நாடி எழும்பியிருந் தால், கொடுக்கப்படும் மருந்துகள் நோயாளியின் தொண்டைக் குள் இறங்காது. மருந்து கொடுத்தவுடன் வாந்தியாக வெளியே திரும்பிவிடும். வாத நாடி எழும்பி ஓடினால் சம்பந்தப்பட்ட நோயாளிக்கு வைத்தியம் பார்ப்பது பயனளிக்காது என்றெல்லாம் திருமூலர் கூறியுள்ளார்.

நாடிகள் பிடித்து அறிவது ஒருவகை. நோயாளியின் சுவாச ஓட்டத்தையும் அவனது நடவடிக்கைகளையும் கூர்ந்து கவனிப்பது இன்னொரு முறையாகும்.

நோயாளியின் வலது நாசியின் வழியாக ஒரு நாள் முழுவதும் மூச்சு ஓடினால், அவனுக்கு மூன்று ஆண்டில் மரணம் நிச்சயம் என்று சொல்லிவிடலாம்.

இதேபோல, பத்து நாள்கள் வலது நாசியின் வழியாக மூச்சு ஓடினால் ஆறு மாதத்தில் சம்பந்தப்பட்ட நோயாளிக்கு மரணம் உறுதி என்று அறிந்து கொள்ளலாம்.

மூச்சானது மூக்கின் வழியாக ஓடாமல் வாயின் வழியாக ஓடினால் மூன்று நாள்களில் மரணம் சம்பவிக்கும் என்று அறிந்து கொள்ளலாம்.

உதடு, பற்கள், நாக்கு, இந்திரியம் ஆகியவை கரிய நிறமாக மாற்றமடைந்தால் அன்றிலிருந்து ஆறாவது நாளில் சம்பந்தப் பட்ட நோயாளிக்கு மரணம் ஏற்பட்டு விடும்.

உமிழ்நீர் கொண்டு மரணம் சம்பவிக்கும் முறையையும் திரு மூலர் சொல்லியுள்ளார்.

'உண்மைகேள் இன்னம் உமிழ்ந்திட நோயுள்ளோன்
தன்மையாய்த் தூரம் போய்த் தாக்கிடில் சாவில்லை
கண்மையாய் வாயில் கழன்றிடில் கிட்டிடும்
வண்மையாய்ப் பார்க்க வகுத்தனர் நந்தியே'

நோயாளியின் எச்சிலைத் துப்பச் சொல்லிப் பார்க்கும்போது, எச்சிலானது சற்று தூரம் போய் விழுமானால் அந்த நோயாளிக்கு மரணம் உண்டாகாது. துப்பப்படும் எச்சிலானது வாயுவால் தடைப்பட்டு, கழன்று போனால் மரணம் உண்டாவது உறுதியாகும்.

இதுபற்றி மேலும் பாடும் திருமூலர்,

'தப்பாது வாய்நீர்தான் தாக்கில்தான் மேல்வழிய
ஒப்பாகத் தனது மறைய ஒழிந்திடுவன்'

எச்சிலானது அதிகமாகி நிற்காமல் தன் மீதே விழுந்தால் அந்த நோயாளி ஆறு மாதங்களில் இறந்து விடுவான் என்றும் கூறுகிறார்.

6

வலி உண்டானால் வழி உண்டாகும்!

எந்தப் பிரச்னைக்கும் தீர்வு உண்டு!

எந்த நோய்க்கும் மருந்துண்டு!

மனித உடலுக்கு வரும் நோய்கள் மொத்தம் 4000 ஆகும். அவற்றுள் கடுமையான நோய்கள் 448 என்றெல்லாம் பட்டியலிட்டார் திருமூலர்.

நோய்களைப் பட்டியலிட்டு என்ன பயன்? நோய் தீர வழி சொன்னால் தேவலை என்று கேட்போருக்கு, திருமூலர் அளிக்கும் பதில்கள் இதோ:

‘மனித உடலுக்கு வரும் ஆயிரக்கணக்கான நோய்களையும் தவிடுபொடியாக்கி விட முடியும். அதற்கான அற்புத மூலிகையை எனது குருவான நந்தி பகவான் கூறியுள்ளார்.

ஒவ்வொரு நோய்க்கும் ஒவ்வொரு மருந்து வேண்டாம். எல்லா நோய்க்கும் ஒரே

மருந்து போதுமானது. இந்த நோக்கத்தில் உருவானதுதான் ‘கற்ப மூலிகை’யாகும்.

இந்த வகை மருந்தை எடுத்துக் கொண்டால் உடல் உறுதி யாகும். நீண்டநாள்கள் உயிர் வாழலாம்.

கற்றாழைக்கற்பம், கடுக்காய் கற்பம், மிளகு கற்பம் போன்ற மிக முக்கிய கற்பங்கள் 124 உள்ளன.

ஒவ்வொரு மாதத்துக்கும் பருவ காலங்களுக்கு ஏற்பவும், வெவ்வேறு கற்பங்களை உட்கொள்ள வேண்டும்.

சரியான செய்முறையில் செய்யப்படாத கற்பங்கள் வீணானவை.

பச்சை, வெளிர்பச்சை, வெள்ளை நிறமான மூலிகைகள் சரி யான மூலிகை அல்ல.

முழு கறுப்பான மூலிகையே மனித உடலுக்கு நல்ல பலனை அளிக்கக் கூடியது.

எந்த நிறத்திலுள்ள மூலிகையையும், முழுக் கறுப்பாக மாற்ற வும் நான் வழி சொல்லி இருக்கிறேன். இந்தக் கற்பங்கள் மனிதர்களுக்கு மட்டும் உரியதல்ல.

‘கேளு சதாசிவன் கெடியேழு லட்சந்தான்
நாளு மயேசுரன் நான்மூன்று லட்சந்தான்
ஊழிய ஈசனு முயன்றிரு லட்சந்தான்
வழியான் கொண்டது வைம்பத் தாயிரமென்றே’

சதாசிவன், ஈசன்,திருமால், பிரம்மா, தேவர்கள், முனிவர்கள், சித்தர்கள் ஆகிய எல்லோருமே கற்ப மூலிகைகளை உண்டவர்களே! அதற்கேற்ற பலனையும் அவர்கள் அடைந்திருக்கிறார்கள்.

கற்ப மருந்துகள் என்பவை நோயை விரட்டுவதற்கு மட்டு மல்லாமல், நோய் வராமல் தடுக்கவும், அபூர்வ சக்தியை பெற்றுத் தரவும் பயன்படுபவை.

மருந்தே இல்லாமல் உடலைக் காக்கும் கலையை மக்கள் கற்றுக்கொள்ள வேண்டும்.

'மேவிய அன்னத்தால் விளங்கியது இச்சடம்
பாவியே கொன்று பழியுறும் அன்னம்தான்...'

இந்த உடலை வளர்க்கும் உணவுதான், உடலை அழிக்கவும் காரணமாக இருக்கிறது. ஆகவே, அளவான உணவு ஆரோக்கியமான உடலுக்கு வழிவகுக்கும்.

இந்த உலகில் பலர் அஜீரணக் கோளாறால் அவதிப்படு கிறார்கள். உடலுக்கு மந்தம் உருவாவதால் இப்படிப்பட்ட பிரச்னைகள் ஏற்படுகின்றன.

அதிகமான உணவு, மாமிச உணவு, மாவுப் பண்டங்கள், அளவுக்கு அதிகமான எருமைப்பால் ஆகியவற்றால் உடலுக்கு மந்தம் ஏற்படுகின்றன. அளவுக்கு மீறினால் அமிர்த மும் நஞ்சு என்பதைப் புரிந்துகொள்ள வேண்டும்.

தாகமெடுத்தால் பச்சைத் தண்ணீர் குடிப்பதைத் தவிர்க்க வேண்டும். வெந்நீர் குடிப்பதே உடலுக்கு நல்லதாகும்.

தலைக்கு குளிக்கும்போதும், நான் சொல்வதை கண்டிப்பான நினைவில் கொள்ள வேண்டும்.

'அழகு நுதலி அதிசயமே கேளாய்
களவு காயங் கலந்த அந்நீரிலே
மிளகு மஞ்சள் கடுநெல்லி வேம்பில்
இளகுங் காயம் இறுகுங் கபாலமே'

கடுக்காய், மிளகு, மஞ்சள், நெல்லிமுள்ளி, வேப்பங் கொட்டை போன்றவைகளைச் சேகரித்து அதில் பால்விட்டு அரைத்தெடுத்துக் கொள்ள வேண்டும். இவ்வாறு எடுக்கப் பட்டதைக் கொண்டு தலை முழுகினால் உடல் அழகு பெறும். தலை இறுகும்.

பல ஆண்டுகள் கழித்து 'வாயும் வயிறுமாக' ஆகும் பெண்கள் கூட, இக்காலத்தில் வாயைக் கட்ட தவறிவிடுகிறார்கள்.

மாவுப் பண்டங்களைச் சாப்பிடுவது, மோர் குடிப்பது, புளிப் புச்சுவை கொண்ட உடலுக்கு தீங்கு விளைவிக்கும் காய் களைத் தின்பது, உடலுறவு கொள்வது போன்ற நடவடிக் கைகளில் ஈடுபடுகிறார்கள். இதுபோன்ற செயல்களால் கர்ப்பமே கலைந்துவிடும் ஆபத்து இருப்பதை பெண்கள் உணர வேண்டும்.

'கொண்ட மலடிக்கக் கூறிடும் சன்னிதான
மண்டி இருக்கையில் மாத்தின்பாள் மோருண்பாள்
தண்டி அனைவாள் தனிச் சூதக்காய் தின்பாள்
ஒண்டிய பெண்களுக்கு ஓரெட்டுச் சன்னியே'

என்றெல்லாம் விளக்கிக் கூறியிருக்கிறார்.

திருமூலரின் அசத்தலான மருத்துவ விளக்கங்களைப் கேட்டு விட்ட பிறகு, இன்றைய மருத்துவர்களிடம் 'அப்பாயின்ட் மென்ட்' கேட்டு காத்துக் கிடக்க வேண்டுமா என்ன?

மனத்தை தனக்கு அடிமையாக்குபவன் யோகி. அந்த மனத்தையே அழிப்பவன் ஞானி. மனத்தை தன் விருப்பம் போல் ஆட்சி செய்யும் கலையே யோகமாகும். இந்த யோகக் கலையில் தன்னிகரற்று விளங்கியவர் திருமூலர்!

திருமூலர், யோகக் கலைகளை நூல்களைப் படித்துத் தெரிந்து கொள்ளவில்லை. அனு பவம் மூலமாகவே அறிந்து கொண்டவர். நூலறிவோடு அனுபவமும் சேர்ந்திருந்தால் மட்டுமே யோகம் கைகூடும்.

பருவமில்லாத காலத்தில் காய்கள் எப்படி காய்க்காதோ, அப்படித்தான் அனுபவம் இல்லாத யோகப் பயிற்சியும்! நாயிடம் அகப்பட்ட தேங்காய் போன்றதுதான் இச் செயல்.

‘வாய்க்குமே நூலென்று வார்த்தையால் பார்த்திடில்

7

ஏய்க்குமே வாதந்தான் எம்மட்டும் பார்த்தாலும்

காய்க்குமோ காய்தான் காயாத காலத்தில்
நாய்க்கும் ஏன் தேங்காய் நலமது பார்த்திடே’

என்று பாடுகிறார் திருமூலர்.

நாயிடம் தேங்காய் ஒன்று கிடைத்துவிட்டால், தானும் உண் ணாமல், பிறருக்கும் பயன்படாமல் வீதி முழுவதும் உருட்டிக் கொண்டே அலையும். அதுபோலத்தான், நூலறிவை மட்டும் வைத்துக்கொண்டு யோகம் அடைய முயற்சிப்போரின் நிலையும்.

யோகம் பெற மிக முக்கியத் தேவையாக திருமூலர் குறிப் பிடுவது தெளிந்த மனத்தை.

தெளிவான மனத்துடன் முயன்றால்தான் யோகம் கைகூடும்.

சலனமுள்ள நீரோடையில் முகம் தெரியாது. சலனமற்ற நதியில்தான் உன் முகம் பார்க்கலாம்.

‘தெளியாத காலத்தில் தேகத்தைத் தாக்காது
தெளியாத காலத்தில் சித்தெட்டும் எய்தாது
தெளியாத காலத்தில் சேராது பூரணம்
தெளியாத மாண்பார்க்குத் திரட்டெல்லாம் பொய்யாமே’

தெளிவில்லாத யோகத்தினால் உடலுக்கும் பயனில்லை, மனத்துக்கும் பயனில்லை. எட்டு வகை சித்திகளை அடைய முடியாது. பூரணத்தைக் கண்டு களிக்க முடியாது என்று பாடுகிறார் திருமூலர்.

யோகம் பயில்வோருக்கு அவசரமோ, பதற்றமோ எந்தச் சூழ்நிலையிலும் கூடாது. யோகம் பயிலும் போது ஐம்பொறி களின் அட்டகாசம் அதிகமாக இருக்கலாம். கட்டுப்பாடுகளை உடைத்தெறிய வேண்டும் என்ற வேகத்தில் ஐம்பொறிகளும் செயல்படலாம்.

அவற்றை லாகவமாகக் கையாண்டு நம் குறிக்கோளை அடைய வேண்டும்.

'ஒண்ணாகக் கண்டிடு உத்தம ஞானத்தைப்
பண்ணும் பொறிகளை பதையாமல் வென்றிடு'

என்று பாடும் திருமூலர், யோகக் கலையைக் கற்றுக் கொள்வது எப்படி என்றும் விளக்கியுள்ளார்.

ஒருவர் எல்லா விஷயங்களையும் அறிந்திருக்க வேண்டிய அவசியம் இல்லை.

கற்றுக்கொள்ளும்போது சந்தேகங்கள் தோன்றுவது இயற்கை. அவ்வாறு எழக்கூடிய சந்தேகங்களை ஒரு மாணவனைப் போல கற்றுக் கொள்ள வேண்டும். இதில் நான் பெரியவன், நீ பெரியவன் என்ற பிரச்னைக்கே இடமில்லை.

'அறியாத காலத்தில் அறிந்தவர் பின்சென்று
சிறியாரைப் போலே சிறக்கத் தொழில் பண்ணு
மறியா மனத்திலே வைத்திடு நேசத்தை
நெறியாக மாய்க்கும் நிலையுந் தவறாதே'

என்று யோகம் பயில்வோருக்கு வழிகாட்டுகிறார் திருமூலர்.

வேறு எந்த யோகத்தைக் காட்டிலும், வாசி யோகமே தலை சிறந்த யோகம் என்பது திருமூலரின் கருத்தாகும்.

'இல்லையே சித்தி இதைப்போல் எளிதாக
பல்லுயிர் நாளெல்லாம் பார்த்தாலுங் கிட்டாது'

என்று வாசி யோகத்தின் பெருமையைக் குறிப்பிட்டுள்ளார் திருமூலர். ஆமாம். வாசி யோகம் என்பது என்ன?

சிவா என்பதுதான் வாசி என்றானது. மூச்சை முறையாகப் பயிற்சிக்கும் ஒரு கலையே வாசி யோகமாகும்.

வாசி என்பதன் பொருள் மூச்சு எனக் கொள்ளலாம்.

மூலாதாரத்தில் வாசியின் (மூச்சின்) வாயிலாக வகாரத்தை உள்ளே நிறுத்த வேண்டும். அதாவது, உள்ளே இருந்த மூச்சை

வெளியே விடாமல் அப்படியே நிலைநிறுத்துவதுதான் வகாரமாகும்.

வாசியோகத்தில் நிலையாக நின்றால் குண்டலியானது விழிப்படையும். பின்னர் மூலாதாரத்தைக் கடந்து பிரம்மா வின் இடமான சுவாதிட்டானத்தில் வாசியை சிகாரத்தில் நிலை நிறுத்தினால், நாம் அடையும் ஆனந்ததுக்கு அளவே இல்லை.

'வாசி' என்ற சொல்லில் 'வ' என்ற எழுத்து மனோன்மணியை யும் 'சி' என்ற எழுத்து சிவத்தையும் குறிப்பதாகும். இந்த இரண்டு எழுத்துக்களும் இணைந்தால் (வா+சி) பூரண பிரம்மத்தைக் காணும் சித்தி நமக்கு கிடைக்கும்.

சோம்பலின் காரணமாக, வாசி யோகத்தைக் கைவிட்டு விட்டால் மீண்டும் மீண்டும் பிறவியெடுத்துத் தத்தளிக்க வேண்டியதுதான் என்று எச்சரிக்கிறார் திருமூலர்.

இந்தியாவில் ஆயிரக்கணக்கான சித்தர்கள் வாழ்ந்தாலும், மிக முக்கிய சித்தர்களாக 18 பேரை உலகம் போற்றுகிறது. பதினென் சித்தர்களென அவர்கள் அழைக்கப்படுகின்றனர்.

அந்தப் பதினென் சித்தர்களுக்குள்ளும் திருமூலரே குருவாக போற்றப்படுகிறார். சித்தர்களுக்கே சவால் விடுகின்ற அஷ் டாங்க யோகம் பின்வரும் எட்டு நிலைகளைக் கொண்டது.

1. இயமம். 2. நியமம். 3.ஆசனம். 4. பிராணாயாமம். 5. பிரத்தியாகாரம். 6. தாரணை. 7. தியானம். 8. சமாதி.

இயமம்: எண்ணத்தாலும், சொல்லாலும் செயலாலும் பிற உயிர்களை இம்சித்தல் கூடாது. உண்மையையும் அன்பையும் கடைப்பிடிக்க வேண்டும் என்பதை போதிக்கிறது.

நியமம்: தத்துவ நூல்களையும், சாஸ்திர நூல்களையும் கற்று அவற்றைத் தமது சுய அறிவால் ஆராய்வதை வலியுறுத்து கிறது.

ஆசனம்: பிராணாயாமம் தியானம் செய்வதற்கு முன் செய்யப் படும் பல்வேறு ஆசனங்களைக் குறிக்கிறது. தியான நிலைக்கு ஏற்ப உடலைப் பக்குவப்படுத்துவதே ஆசனங் களின் நோக்கமாகும்.

பிராணாயாமம்: மூச்சுப் பயிற்சியைக் குறிப்பதாகும்.

பிரத்தியாகாரம்: புறப்பொருள்களில் சென்று படியாமல், புலன்களை உள்ளிழுத்தல், தன்னை உள்நோக்கிப் பார்த்தல், இறைவனுடன் தன்னைக் கரைத்தல்.

தாரணை: மனத்தை ஒருநிலைப்படுத்துவது ஆகும். தான் விரும்பும் எந்த தெய்வத்தையும் இதன் மூலம் காண முடியும்.

தியானம்: மனக்கண்ணில் பதிய வைத்த பொருளில் இடை விடாத தொடர்பை ஏற்படுத்துதல்.

சமாதி: பரமாத்வுடன் கலந்து நிற்கும் நிலையைக் குறிப்ப தாகும்.

இந்த அஷ்டாங்க யோகத்தைப் பயின்றால் பின்வரும் பயன் கள் கிடைக்கும்.

- உடல் தீபம் போல் சிவந்து பிரகாசிக்கும்
- உட்கார்ந்த இடத்திலிருந்தே, தான் நினைத்த பொருளை, வேண்டியவரை வரவழைக்க முடியும்.
- நரை, திரை இல்லாமல் என்றும் இளமையோடு வாழலாம்.
- கூடுவிட்டுக் கூடு பாயலாம்.
- அண்டம் விட்டு அண்டம் பறக்கலாம்; நீரில் நடக்கலாம்.
- மரணமில்லா பேரின்ப வாழ்வு பெறலாம்.
- சூரிய, சந்திரனைக் கூட வசப்படுத்த முடியும்.
- வண்டு போல சிறியதாகவோ, யானை போல பெரியதாகவோ நினைத்த வடிவத்தை எடுக்க முடியும்.
- பராபரத்தின் தரிசனம் கிடைக்கும்.

வலிமை மிக்க அத்தனை யோகங்களையும் கற்றுத் தேர்ந்தவர் திருமூலர்.

பிறந்த கிழமை, பிறந்த நட்சத்திரம், பிறந்த நட்சத்திரத்திலிருந்து 1, 2, 3, 8 நாள்கள் யோகப் பயிற்சிக்கு ஏற்ற நாள்களாக திருமூலர் வரையறுத்துள்ளார்.

எண் வகை யோகங்களைச் செய்யும்போது இடையிடையே நிறைய சோதனைகள் வரும். எந்தச் சோதனைக்கும் துவண்டு விடாமல் முயல்பவருக்கே யோகங்கள் கைகூடும் என்பது திருமூலர் வாக்கு. ஏனெனில், யோகக் கலையில் ஈடுபடும் போது முதலில் மன அழுக்குகள்தான் மிதந்து மிதந்து மேலே வரும். அப்படிப்பட்ட வேளையில் பந்தபாசம், பொன், பொருள் மோகம், பெண் மோகம் ஆகிய மாயைகள் நம்மை கவர்ந்திழுக்கும். கவனச் சிதைவு சிறிது ஏற்பட்டாலும் யோகம் என்பது வாய்க்காது.

விசுவாமித்திரரே பெண் மயக்கத்தால் தவநெறி இழந்தபோது, சராசரி மனிதனின் நிலை சொல்ல வேண்டியதில்லை.

யோக சக்தி கிடைத்து விட்டால் போதும். அந்தக்கணமே பலர் நான்தான் கடவுள், நானே பரம்பொருள் என்று கூறி அகந்தை யில் அறிவிழந்து போவார்கள்.

‘அடக்கம் அமரருள் உய்க்கும் அடங்காமை
ஆரிருள் உய்த்து விடும்’

என்ற வள்ளுவனின் கருத்தை பல ஆயிரம் ஆண்டுகளுக்கு முன்பே பிரதிபலித்திருக்கிறார் திருமூலர்.

‘ஒடுங்கிச் சகமெல்லாம் ஒட்டி இறந்தார்கள்
அடுங்கிய சாங்கத்து அகண்ட நானென்பார்கள்
எடுங்கிய வசம் எறிந்த வலைசிக்கி
நடுங்கித் தளர்ந்து நவில்வார்கள் எய்யாதே’

என்று பாடுகிறார் திருமூலர்.

தானே எல்லாம் என்று கூறித்திரிந்தவர்கள், அகந்தையினால் அறிவிழந்து உடல் தளர்ந்து இறுதியில் எமன் வீசிய வலையில் சிக்கி மாண்டார்கள் என்பது மேற்கண்ட பாடலின் மையக் கருத்தாகும்.

எண் வகை யோகங்கள் கைவரப் பட்டவன் ஹடயோகி என்று அழைக்கப்படுகிறான். ஆனால் ஒரு ஹட யோகி என்பவன், தான் பெற்ற சக்தியினால் பெருமை கொள்பவன்.

ஆனால் திருமூலரோ ஒரு சிவயோகி! தான் பெற்ற சக்தியை சுயநலத்துக்காகவோ, தற்பெருமைக்காகவோ என்றுமே பயன்படுத்தாதவர்.

அனைத்துச் சக்திகளையும் சிவனின் மலர்ப்பாதங்களுக்கே சமர்ப்பித்த மாபெரும் யோகி - திருமூலர்!

8

'சித்தர் வயதென்ன திரட்டிய ஆயிரம்
பக்தர் சிவயோகி பார்த்துப் பிழையுங்கள்'

சித்தர்களின் ஆயுட்காலம் ஆயிரம் ஆண்டுகள் என்பது திருமூலர் சொல்லும் செய்தி.

'ஆயிரம் ஆண்டுகளா!' என்று நாம் வாய் பிளந்து மூடுவதற்குள், திருமூலர் 3000 ஆண்டுகள் வாழ்ந்தார் என்ற தகவல், நம்மை இன்னும் வியப்பில் ஆழ்த்துகிறது.

உள்ளங்கையில் அடங்கக் கூடிய மொபைல் மூலம், உலகின் எங்கோ ஒரு மூலையில் இருப்பவர்களிடமும் தொடர்பு கொள்கிறோம்.

தந்தித் தொடர்பே இல்லை என்பது கூடுதல் அதிசயம்!

இலட்சக்கணக்கான மைல் தொலைவில் உள்ள ஏவுகணையை, இங்கிருந்தே இயக்க முடிகிறது.

கண்ணிமைக்கும் நேரத்தில், நம் உடல் உறுப்புகளின் ஜாதகத்தைக் கொண்டுவந்து தருகிறது 'ஸ்கேன்!'

இவையாவும் அறிவியல் அதிசயத்துக்கு எடுத்துக்காட்டுகள் எனில், திருமூலரின் 3000 ஆண்டு சாதனை ஓர் ஆன்மிக சாதனை.

நாம் வரையறை செய்திருக்கும் நாள், மாத, ஆண்டுக் கணக்கானது சீரான தன்மையை உடையதல்ல.

இந்த பூமியின் ஒரு ஆண்டு என்பது, தேவர் உலகத்தில் ஒரு நாளுக்குச் சமம்.

இங்கே மார்கழி மாதம் தான் தேவர் உலகத்தின் வைகறைப் பொழுதாம். அதன் காரணமாகவே, மார்கழி மாதத்தை புனித மாதமாக நாம் கொண்டாடுகிறோம்.

திருமூலர் ஒளியின் வேகத்தில் வாழ்ந்திருக்கிறார். ஒளியின் வேகம் 1,86,000 மைல் ஆகும்.

இவரது வாழ்க்கை வரலாற்றைப் பேசும் பெரிய புராணத்தில், இவர் கூடுவிட்டு கூடு பாயும் செய்தி வருகிறது.

மூலன் என்ற இடையன் உடம்பில் இவர் உயிர் புகுந்ததாம்.

இந்தச் செய்தியைக் கூட, அறிஞர்கள் பலர் மறுக்கிறார்கள். திருமூலரின் ஆற்றலைக் குறைத்து மதிப்பிடுவதாக அவர்கள் நினைக்கிறார்கள்.

கூடுவிட்டு கூடு பாய்ந்துதான், இறந்து போன இடையனை எழுப்ப வேண்டும் என்ற அவசியம், திருமூலருக்கு இல்லை.

கண நேர கண்பார்வை, நுனிவிரல் ஸ்பரிசம் போதுமானது; திருமூலர், இடையனை உயிர்ப்பித்து விடுவார். சித்தர் உலகில் மாபெரும் ஆற்றல் மிக்கவர் அவர்.

இந்திய மண்ணில் எத்தனையோ சித்தர்கள் வாழ்ந்திருக் கிறார்கள். வட இந்தியாவில் 84 சித்தர்கள் வாழ்ந்திருக் கிறார்கள்.

ஆனாலும் அஷ்ட சித்திகள் பெற்ற பதினென் சித்தர்களே முக்கியமாகப் பேசப்படுகிறார்கள்.

1. நந்தி, 2. அகத்தியர், 3. திருமூலர், 4. புண்ணாக்கீசர், 5. புலத்தியர். 6.பூனைக்கண்ணர், 7. இடைக்காட்டு சித்தர், 8. யோகர், 9. புலிக்கையீசர், 10. கருவூரார், 11. கொங்கண சித்தர், 12. காளவங்கி நாதர், 13. அழுகண்ணச் சித்தர், 14. அகப்பேய் சித்தர், 15. பாம்பாட்டி சித்தர், 16. தேரையர், 17. குதம்பைச் சித்தர், 18. சட்டை முனி.

அந்தப் பதினென் சித்தர்களுக்குள்ளும் திருமூலர் மிக உயர்ந்த இடத்தைப் பிடித்துள்ளார்.

காரணம், அவரது திருமந்திரம் நூலில் பல்வேறு சித்துக் களைப் பற்றி நுணுக்கமாக விளக்கியுள்ளார் அவர். அந்தப் பாடல்கள் யாவுமே 'சித்தரே!' என சித்தரை நோக்கியே பாடப்பட்டுள்ளது.

சித்தர்களின் குருவாக அவர் விளங்குகிற நிலையை, அவரது பாடல்கள் மூலம் அறிந்துகொள்ள முடியும்.

சொரூப குளிகை, அட்சய குளிகை, கமலினி குளிகை, அட்டமா சித்தி குளிகை, பரிச குளிகை போன்ற குளிகைகளின் அற்புத சக்தியையும் பயன்படுத்தும் முறைகள் பற்றியும் விரி வாக விளக்கியுள்ளார் அவர். குளிகையை வைத்துக் கொண்டு அண்டம் விட்டு அண்டமெல்லாம் பறந்து சென்றிருக்கிறார்.

'பாயுஞ் சொரூபக் குளிகையை வைப்பாய் வாயில்
காயுங் கமலினி கட்டிரு உத்தியில்
வாயு நல்லட்ட மாசித்தியைக் கைப்பிடித்
தேயுவைப் போலச் சிறக்க நுழைந்திடுமே'

அண்டங்களைக் கடந்து செல்ல வேண்டுமானால், சொரூபக் குளிகையை வாயிலும், கமலக் குளிகையை நாவிலும், அஷ்டமா சித்தி குளிகையை உடலின் ஏதாவது ஒரு இடத் திலும் வைத்துக் கொண்டு தீப்பிழம்பு போல விரைந்து

செல்லலாம் என்று சித்தர்களுக்குச் சொல்லியுள்ளார் திருமூலர்.

தன்னால் சாத்தியப்படாத ஒன்றை, பிறருக்கு அறிவுறுத் தாதவர் அவர்.

சக்திவாய்ந்த குளிகைகளைப் பயன்படுத்தி சிறிய அண்டங் கள், பெரிய அண்டங்கள் என ஆயிரக்கணக்கில் கண்டுகளித் தாகக் கூறுகிறார்.

220 புவனங்களுக்கும் சுற்றுலா சென்று வருவது போல சென்று வந்திருக்கிறார்.

ஒவ்வொரு அண்டத்திலும் ஒவ்வொருவிதமான சித்தர்களை அவர் சந்திக்க நேர்ந்ததாம்.

வெள்ளை வெளேர் என்று சில சித்தர்கள், இரத்தச் சிவப்பில் சில சித்தர்கள். கற்சிலை போல அசையாமல் இருக்கும் சித்தர்கள் என பல்வேறு சித்தர்களை பார்த்து, வணங்கிவிட்டு வந்திருக்கிறார்.

போலிச் சித்தர் ஒருவர் பற்றிய சுவையான அனுபவத்தை திருமூலர் நம்மிடம் பகிர்ந்து கொள்கிறார்.

'ஒரு முறை, 'உங்களிடம் உள்ள சொரூபக் குளிகையை என்னிடம் கொடுங்கள் சும்மா பார்த்துவிட்டுத் தருகிறேன்' என்று சித்தர் ஒருவர் என்னிடம் கேட்டார்.

'உங்களிடம் எப்படி அந்தக் குளிகையை நம்பிக் கொடுப்பது? ஒருவேளை நீங்கள் வாங்கிக் கொண்டு ஓடிவிட்டால், என் நிலைமை அல்லவோ சிக்கலாகிவிடும்! என்னுடைய கண்டத் திற்கு நான் மீண்டும் திரும்பச் செல்ல முடியாதே!' என்றேன்.

கோபமுற்ற அந்தச் சித்தர், 'குளிகையை எடுத்துக் கொண்டு ஓடிவிடுவதற்கு நான் என்ன ஆடா மாடா அல்லது அறிவற்ற ஓர் ஜென்மமா? அச்சம் வேண்டாம், கண்டிப்பாக நான் திரும்பத் தந்து விடுவேன்' என்றார்.

அவரது பேச்சில் ஓரளவுக்கு எனக்கு நம்பிக்கை ஏற்பட்டதால், அந்தச் சித்தரின் வாயில் சொரூபக் குளிகையை வைத்தேன்.

உடனே அவர் வேறு அண்டத்திற்குப் பறந்து சென்றுவிட்டார். வெகு நேரமாகியும் அவர் திரும்பவே இல்லை. துடிதுடித்துப் போனேன் நான்.

சிறிது நேரமும் தாமதிக்காமல் கமலினி குளிகையைப் பயன் படுத்தி அந்தப் போலிச் சித்தரைப் பின் தொடர்ந்து சென்றேன். ஆனால் அவரோ ஆயிரத்தெட்டு அண்டங்களையும் கடந்து சென்று, கடைசி புவனத்தை நெருங்கிக் கொண்டிருந்தார்.

ஒருவழியாக, அவர் முன் சென்று தடுத்துப் பிடித்துவிட்டேன். ஆனாலும் என் கைகளில் இருந்து மீண்டும் தப்பி ஓடிய அவர் மூன்று வகையான பாழ் மண்டலங்களையும் கடந்து சென்று கொண்டிருந்தார்.

நானும் அவரை விடுவதாக இல்லை. அவர் பின் சென்று கொண்டிருந்தேன். இறுதியில் மனோன்மணியின் வாசலருகே அவரை இறுகப் பிடித்துக் கொண்டேன்.

குளிகையின் வேகத்திற்கு ஈடு கொடுக்க முடியாமல், அந்தச் சித்தரின் உடல் மிகவும் தளர்ச்சியுற்றிருந்தது. அவரது வாயில் வைத்திருந்த குளிகையை நான் பிடுங்கி எடுத்துக் கொண்டேன்.

'நான் கள்வனாகவோ, பொறுப்பற்றவனாகவோ இருந்திருந் தாலும், என்னை தயவு செய்து மன்னித்து விடுங்கள். மீண்டும் நான் என் அண்டத்திற்குச் செல்ல வழிகாட்டுங்கள்' என்று கெஞ்சினான் போலிச் சித்தன்.

'நேர்மையற்ற சித்தரான உங்களுக்கு நான் வழிகாட்ட மாட்டேன். முன்பின் அறியாத உம்மிடம் குளிகையைக் கொடுத்துவிட்டு நான் பட்ட கஷ்டமெல்லாம் போதும். உங்கள் அண்டத்திற்கு உங்களால் செல்ல முடிந்தால் செல்லலாம் அல்லது இங்கேயே இருங்கள்' என்று

சொல்லிவிட்டு, அடுத்த அண்டத்திற்குப் பறந்து வந்து விட்டேன்.

நல்லவர்களுக்குக் கருணை காட்டலாம். அந்தக் கருணை நமது பாக்கியம்.

நயவஞ்சகர்களுக்குக் கருணை காட்டுவது நமது மூடத்தனம்' என்று இதன்மூலம் உணர்த்தியிருக்கிறார் திருமூலர்.

சித்து விளையாட்டில் கைதேர்ந்த திருமூலர், சாதாரணக் கற் களையும் தங்கக் கட்டிகளாக்கும் முறை பற்றியும் சொல்லி இருக்கிறார்.

தொழிற்சாலைகள் இல்லாத அந்தக் காலத்திலேயே இரும்பை உருக்கும் எளிய முறைகளையும் விளக்கியுள்ளார்.

'தங்க குரு' என்ற மருந்தைக் கொண்டு எந்த உலோகத்தையும் தங்கமாக்கலாம் என்று கூறும் திருமூலர், தங்க குருவை தயாரிக்கும் முறை பற்றியும் விளக்கியுள்ளார்.

தொட்டதெல்லாம் தங்கமாகிவிட்டால், அந்தத் தங்க மழையில் அப்படியே குளிக்கலாம் போல் இருக்குமல்லவா?

அந்த மயக்கம்தான் கூடாது என எச்சரிக்கிறார் திருமூலர்.

> 'ஏமத்தைக் கண்டு இறுமாந்து போகாதே
> வாமத்தை தொட்டு வளமாகப் பூசை செய்'

தங்கமாக்கும் முறையைக் கற்றுக் கொண்டதும் ஆணவத்தால் ஆடாதே! அடக்கத்தோடு இறைவனைப் பூஜை செய் என்று அறிவுறுத்துகிறார்.

சித்து விளையாட ஏற்ற பருவம் எது தெரியுமா?

'இளமைப் பருவம்தான்!'

இளமைப் பருவத்தில்தான் சித்துக்களை எளிமையாகக் கற்றுக்கொள்ள முடியும்.

இளமையிருந்தால் சித்தாடலாம் என்பது திருமூலரின் 'திருமந்திர' கருத்தாகும் 'அஷ்டமா சித்தி' என்று சொல்லக் கூடிய எண்வகை சித்திகள் 'பின் வருமாறு:

1. அணிமா - அணுவினும் அணுவாகும் சித்தி (மிகச் சிறிய உருவமாக வடிவெடுக்கும் சித்தி)

2. மகிமா - பெரிதினும் பெரிதாகும் சித்தி.

3. கர்மா - அசைக்க முடியாத சித்தி.

4. லகிமா - கனமான பொருள்களையும் பஞ்சுபோல லேசானதாக மாற்றும் சித்தி.

5. பிராத்தி - ஆகாயத்தைத் தீண்டும் சித்தி, பூமியில் இருந்துகொண்டே விரல் நுனியால் சந்திரனைத் தொடலாம்.

6. பிரகாமியம் - மண், நீர், நெருப்பு, காற்று, ஆகாயம் ஆகிய ஐந்து பூதங்களிலும் வியாபித்து எழலாம் உயிர்களுக்குத் தலைவன் ஆகலாம்.

7. ஈசத்துவம் - படைத்தல், காத்தல், அழித்தல், மறைத்தல், அருளல் ஆகிய சித்தி.

8. வசித்துவம் - எல்லாவற்றையும் தன் வசப்படுத்தி எங்கும் தானாக இருக்கும் சித்தி.

இவ்வகையான சித்திகள் மட்டுமின்றி, அதற்கும் மேலான சித்திகள் கைவரப் பெற்றவர் திருமூலர்.

அண்டம் விட்டு அண்டம் பாயும் சக்தி பெற்ற திருமூலரைப் பார்த்து சித்தர் ஒருவர் கேட்டார்.

'சித்தரே எவ்விடஞ் சேர்த்து இருப்பது
பத்தித்த சித்தாலே பாய்ந்தீரோ அண்டங்கள்
முத்திக்கும் புத்திக்கு முன்காய சித்திக்கும்
எத்திக்கும் நூல் உமக்கே என்றாரே'

அண்டம் விட்டு அண்டம் பறக்கும் முறைகளையும், குளிகை முறைகளையும், காய சித்தி முறைகளையும் எந்த நூலைப் படித்து கற்றுக் கொண்டீர்கள் என்று கேட்டார். அந்தக் கேள்விக்கு பதில் அளித்த திருமூலரோ,

'பண்டசிவன் சொல் பராபரி என்தாய்க்கு
கண்டேன் கடந்தேன் கவனித்தேன்.'

நான் படித்த நூல் ஈசனால் என்தாய் ஈசுவரிக்கு கூறப்பட்ட ஏழு லட்சம் நூலைப் பார்த்து, படித்து இவ்வளவு சித்திகளையும் கைவரப் பெற்றேன் என்று பதிலளித்தார்.

'நிறைகுடம் தளும்பாது' என்ற பழமொழிக்கு ஏற்ப, அத்தனை சித்திகளையும் கற்றுக்கொண்டு அடக்கமாகவே வாழ்ந்தார் ஓர் ஆழ்கடல் போல!

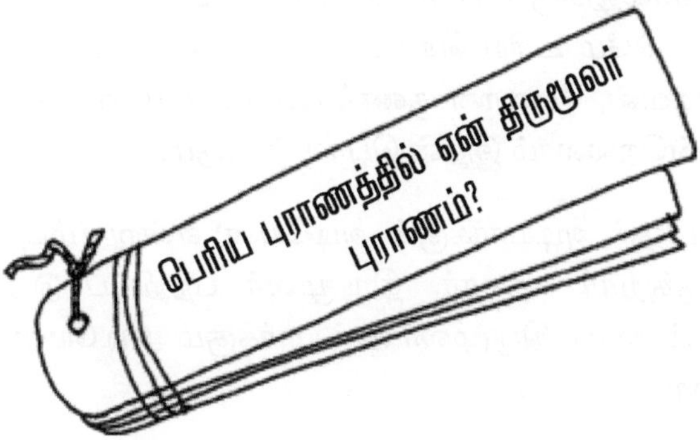

உலகில் சிவனுக்கென்று கோடானு கோடி பக்தர்கள் இருக்கிறார்கள். அவர்களுள் அறு பத்து மூவரை மட்டும் ஆராதனை செய் கிறது பெரிய புராணம். ஏன்?

அவர்கள் சிவன் மீதும், சிவனடியார்கள் மீதும் அளவற்ற அன்பு கொண்டவர்கள். அர்ப்பணிப்பு என்றால் என்னவென்று அவர்களிடம்தான் கேட்க வேண்டும். அவ்வளவு பக்தி... தியாகம்... எல்லாம்.

நாயன்மார்கள் அறுபத்து மூவருள் திரு மூலரும் ஒருவர். சித்தர்களுக்கெல்லாம் குரு வாக விளங்கியவர். சைவ நெறியிலும் தனக்கென ஓர் இடத்தைப் பிடித்துக் கொண்டவர்.

சுந்தரமூர்த்தி நாயனார் தமது திருத் தொண்டத் தொகையில், அறுபது அடியார் களைப் பாடி வணங்கியுள்ளார். அவருள் இருவருக்கு மட்டுமே 'பிரான்' என்ற சொல்லால் பெருமைபடுத்தியுள்ளார்.

9

அந்தப் பெருமைக்குரிய இருவர்: ஒருவர் சம்பந்தர் மற்றவர் திருமூலர்.

பிரான் என்ற சொல்லுக்குப் 'பிரியாதவன்' என்பது பொருள். கடவுளுக்கு மட்டுமே உரிய சொல். அடியார்களை விட்டு என்றும் பிரியாதவன், மேலான குணங்களை விட்டு என்றும் பிரியாதவன் என்றெல்லாம் இதன் பொருள் நீளும்.

'எம்பிரான் சம்பந்தர் அடியார்க்கும் அடியேன்' என்று சம்பந் தரை வணங்குகிறார் சுந்தரர். திருமூலர் பற்றி பாடும் பொழுதோ, 'நம்பிரான் திருமூலர் அடியார்க்கும் அடியேன்' என்று பாடுகிறார்.

'எம்பிரான்' என்பதைக் காட்டிலும் 'நம்பிரான்' என்ற சொல் எல்லோர்க்கும் உரியவர் என்ற தொனியில் ஒலிக்கிறது.

நாயன்மார்களுள் மந்திரம் ஜெபித்த அடியார்கள் நால்வர்.

ருத்திர பசுபதியார், சிறப்புலி நாயனார், சோமாசி மாறர், திருமூலர் ஆகியோர். சேக்கிழார் தமது பெரிய புராணத்தில் திருமூலர் புராணத்தை 28 பாடல்களில் பாடியுள்ளார்.

'பிற்காலத்தில் சைவ சித்தாந்த சாஸ்திரம் வளர்வதற்கு திருமந்திரம் ஓர் அஸ்திவாரமாக இருந்தது. தமிழ்நாட்டின் இருண்ட காலமென 4, 5, 6 - ஆம் நூற்றாண்டுகளைக் குறிப் பிடுகிறோம். அந்தக் கால கட்டத்தில் சைவத்தின் வளர்ச்சியை திருமந்திரம் கொண்டே அறிய முடிகிறது. சித்தாந்தம் என்னும் சொல்லை முதன் முதலில் கையாண்ட நூலாசிரியர் திரு மூலரே. 'சைவ சித்தாந்தத்தை அறிந்துகொள்ள மிகச் சிறந்த தொரு கருவூலமாகத் திகழ்கிறது' என்று வரலாற்று ஆய் வொன்று திருமூலர் இயற்றிய திருமந்திரத்தின் முக்கியத் துவத்தை விளக்குகிறது.

திருமூலர் சிவன் மீது மாறாத அன்பு கொண்டவர். அந்த நடராஜப் பெருமானோடு மனம் லயித்துக் கிடப்பவர்.

தேர்ந்த கவிஞன், ஓரிரு வார்த்தைகளிலேயே ஒரு சம்பவத்தைக் கண்முன்னே நிறுத்துவது போல்-

கைதேர்ந்த ஓவியன், சில கோடுகளுக்குள் வடிவத்தைக் கொண்டுவந்து விடுவது போல் -

வார்த்தைகளால் வடித்தெடுக்க முடியாத ஈசனை சொல்லுக்குள் கொண்டு வருகிறார் பாருங்கள்.

'பொன்னைக் கடத்திலங்கும்புலித் தோலினன்
மின்னிக் கிடந்து மிளிரும் இனம்பிறை
துன்னிக் கிடந்த சுடுபொடி யாடிக்குப்
பின்னிக் கிடந்ததென் பேரன்பு தானே'

புலித்தோல், பிறைநிலா, திருநீறு மூன்று சொற்களால் ஈசனைக் கண்முன்னே கொண்டு வருகிறார்.

சிவபெருமானுக்கே நான் ஆட்பட்டுவிட்டேன். அவன் திருவடிகளையே சரணடைந்துவிட்டேன் என்பதே திருமூலரின் உயிரில் கலந்துவிட்ட கொள்கை.

என்தாயோடு என் அப்பன் ஏழேழ் பிறவியும்
அன்றே சிவனுக்கு எழுதிய ஆவணம்

தாயும் தந்தையுமாக விளங்குகின்ற ஈசனுக்கு, பிறக்கும் பொழுதே அடிமைப் பத்திரம் எழுதிக் கொடுத்து விட்டாராம் இவர்.

ஆன்மிகத்துக்கு இப்படிப்பட்ட உண்மையான அன்பும் அர்ப்பணிப்புமே தேவை.

இறப்புக்கும் பிறப்புக்கும் காரணமாயுள்ளது மனம். அத்தகைய மனத்தை சிவத்துடன் இணைத்துவிட்டால் மரணத்தை வென்றவனாகிவிடுகிறான். 'சிவமானோர் உடல் வீழ்வதில்லை' என்பது மணிவாசகர் கருத்து. 'சித்தம் சிவமாதல் செய்தவப் பேறே' என்றே திருமூலர் கூறியுள்ளார். சிவனோடு

தன்னைக் கலந்துவிட்டதால்தான் சாகாவரம் பெற்றுவிட்டார் திருமூலர்.

கன்றின் குரல் கேட்டு, பசு தானாகவே ஓடிவந்து கன்றுக்கு பால் கொடுப்பது போல. ஈசனும் தானாகவே வந்து பக்தர் களின் குறை தீர்ப்பான் என்பது திருமூலரின் அசைக்க முடி யாத நம்பிக்கை.

'துன்பம் வந்தபோது மட்டும் *'சங்கரா! சங்கரா!'* என்று உச்சரிக் காமல் சிந்தை முழுவதும் சிவமயமாகவே இருப்பதுதான் உண்மையான பக்தனின் அடையாளம்.

திருமூலர், ஒரு பக்தனுக்கு உரிய அத்தனை இலக்கணங் களோடும் வாழ்ந்து காட்டினார்.

10

சரியோ... தவறோ, எந்த ஒரு விஷயத்தையும் தனித்துவத்தோடு பார்க்க வேண்டும்.

'பெரியவங்க அப்படித்தான் சொல்லி இருக்காங்க' என்று பழைய பஞ்சாங்கத்தையே பாடிக் கொண்டிருக்கக் கூடாது.

பழையதில் புதையலும் உண்டு, குப்பையும் உண்டு!

பிரித்தறிவதுதான் ஆறறிவுக்கு அழகு.

சாதனை படைத்தோர்களைப் பார்த்தோம் என்றால் ஒவ்வொருவருக்கும் ஒரு தனித்துவம் இருக்கும்.

அப்படியோர் தனித்துவம் திருமூலருக்கு இருந்தது. புதுமையாக சிந்திக்கும் போக்கு அவரின் இயற்கை குணம்.

பொதுவாக சிவன் என்றாலே, அவரது நெற்றிக்கண் தான் எல்லோருடைய

நினைவுக்கும் வரும். அதன் தொடர்ச்சியாக, அவர் முப்புரம் எரித்த கதை நினைவுக்கு வரும்.

'மூன்று அசுரர்கள் தங்களது தவத்தின் பலத்தால் மாபெரும் வரத்தைப் பெற்றார்கள். அந்த வரத்தைப் பயன்படுத்தி மூன்று நகரங்களை உருவாக்கினார்கள். அதிகார போதை தலைக் கேறிய அவர்கள், தேவர்களைத் தேடித் தேடி துன்புறுத் தினார்கள்.

கோபம் கொண்ட சிவபெருமான், தனது நெற்றிவிழியால் மூன்று நகரங்களையும் எரித்துச் சாம்பலாக்கினார். அந்த மூன்று அசுரர்களையும் அழித்து தேவர்களைக் காப்பாற்றி னார்.'

இப்படித்தான் காலம் காலமாக சொல்லி வந்திருக்கிறார்கள். ஆனால் திருமூலர் பார்க்கும் பார்வையே வேறு.

சிவனாவது, முப்புரம் எரித்ததாவது! அப்படியெல்லாம் அவர் செய்யவே இல்லை என்கிறார்.

முப்புரம் என்பது மும்மலங்களே தவிர, மூன்று நகரங்கள் அல்ல.

அச்சம், கன்மம், மாயை என்ற மூன்று மலங்களை எரித்து, அடியார்களை ஆட்கொள்கிறான் ஈசன்.

> 'அப்பணி செஞ்சடை ஆதி புராதனன்
> முப்புரம் செற்றனன் என்பார்கள் மூடர்கள்
> முப்புர மாவது மும்மல காரியம்
> அப்புரம் எய்தமை யாரறி வாரே!'

என்று பாடுகிறார் திருமூலர்.

இரத்தம், உடம்பில் ஓடுவதுதான் இயற்கை

வீதியில் ஓடுவதென்ன விபரீதம்?

என்று வினவினான் புதுக் கவிஞன் ஒருவன்.

மதத்தின் பெயரால் அடி, தடி, அரிவாள்வெட்டு, கத்தி, கடப் பாரை... ரயில் எரிப்பு.

உன் மதம் பெரிதா? என் மதம் பெரிதா என ஊரையே கொளுத் தும் மூடர்கள்.

இப்படிப்பட்டவர்கள், திருமூலரின் வார்த்தைகளுக்கும் செவி சாய்த்தால் நன்றாக இருக்கும்.

பல கடவுள் கொள்கையை திருமூலர் ஏற்றுக் கொள்ள வில்லை. 'ஒன்றே குலம் ஒருவனே தேவன்' என்பதுதான் திரு மூலர் கொள்கை.

நம்முடைய பழைய நூல்களில் உலகங்கள் ஏழு என்று சொல்லப்பட்டுள்ளது. இந்த ஏழு உலகங்களை இயக்கு வதற்கு மும்மூர்த்திகள் நியமிக்கப்பட்டிருக்கிறார்களாம்.

படைத்தலுக்கு பிரம்மா, காத்தலுக்கு திருமால், அழித்தலுக்கு சிவன் என்று காலகாலமாக நமக்குச் சொல்லிக் கொடுத்திருக் கிறார்கள்.

இது செயல்களுக்குக் கொடுக்கப்பட்ட உருவமே தவிர, மூன்று கடவுள்கள் இருக்கிறார்கள் என்பது உண்மை அன்று.

ஒரே பரம்பொருள் பல்வேறு வடிவம் எடுக்கிறான் என்கிறார் திருமூலர்.

ஒருவனு மே உலகு ஏழும் படைத்தான்
ஒருவனு மே உலகு ஏழும் அளந்தான்
ஒருவனு மே உலகு ஏழும் கடந்தான்.

'ஒரே பரம்பொருள்தான் ஏழுலகையும் படைத்தது. ஒரே பரம்பொருள்தான் ஏழுலகையும் அளந்தது. இந்த ஏழு உலகங்களையும் கடந்து நிற்கும் ஈசுவரனும் அதே பரம் பொருள்தான்' என்கிறார் திருமூலர்.

ஒரு ஜோடி கண்கள்தான்; அவை காண்பது எத்தனை காட்சிகள்?

களிமண் ஒன்றுதான்; அதிலிருந்து எத்தனை விதவிதமான பாண்டங்கள்?

இப்படிப் பாமரனுக்கும் புரிகின்ற உதாரணங்கள் சொல்லி பரம்பொருள் ஒன்றுதான் என்று நிறுவுகிறார்.

மதங்களுக்கு இடையேயான பூசல் இன்று புதிதாக முளைத்தது இல்லை. திருமூலர் காலத்திலேயே சமயச் சச்சரவுகள் இருந்தன.

சமயங்களுக்குள் உயர்வு தாழ்வு கற்பித்துக் கொண்டு பரம்பொருளை மறந்துவிடுகிற பிற்போக்குவாதிகள் அக் காலத்திலும் இருந்தனர்.

‘ஒன்றது பேரூர்
வழி ஆறு அதற்குள்’

போய்ச் சேர வேண்டிய ஊர் என்னவோ ஒன்றுதான். ஆனால் அந்த ஊருக்குப் போவதற்கான வழிகள் ஆறு உண்டாம். திரு மூலர் காலத்தில் ஆறு சமயங்கள் இருந்திருக்கின்றன.

சென்று சேர வேண்டிய ஊர்தான் நமக்கு இலட்சியமே தவிர, சாலைகள் பற்றிய சச்சரவு நமக்கெதற்கு?

இங்கே, ஊர் என்று குறிப்பிடப்படுவது பரம்பொருள். ஆறு அல்லது வழி என்று குறிப்பிடப்படுவது பல்வேறு சமயங்கள்.

இப்படி, பரம்பொருளின் பெருமையை உணராமல், மார்க்கங் களில் இது நல்லது இது தீயது என்று கூச்சலிடுவோரைக் கண்டு நகையாடுகிறார். இப்படிப்பட்டவர்களை, நிமிர்த்தவே முடியாத வாலுக்குச் சொந்தமான விலங்கோடு ஒப்பிடுகிறார் திருமூலர்.

நன்றிது தீதிது என்றுரை யாளர்கள்
குன்று குறைத்தெழு நாயைஒத் தார்களே!

அழகிய குன்று! இரவைப் பகலாக்கிவிடும் பவுர்ணமி வெளிச்சம்! இந்தக் கலை இரவை ரசிக்க முடியாமல், நாய்கள்

குரைத்துக் கொண்டிருக்கிறதாம். என்ன செய்வது? அதனுடைய சுபாவம் அப்படி.

அடிப்படை தவறுகளைக் களைந்துவிட்டால், மேற்கொண்டு செய்யப்படும் செயல்களில் குழப்பம் நேராது.

'ஒருவனே தேவன்' என்பதே ஆன்மிக நெறியின் அடிப்படை யாக திருமூலர் வகுத்துள்ளார்.

இது, ஆன்மிகம் பயிலுவோருக்கான பால பாடமும் கூட.

11

‘உங்கள் வீட்டுக்கு அருகாமையில் செவப்பு நிறத்துல ‘போஸ்ட் பாக்ஸ்’ ஒண்ணு தொங்கவிட்டிருப்பாங்க. நீங்க உங்க கடுதாசியை அதில் போட்டா, அதை ‘ஹெட் போஸ்ட் ஆபிசு’க்கு எடுத்துச் செல்வாங்க. ஆனா. ஹெட் போஸ்ட் ஆபிசில் உங்க கடுதாசியை சேர்த்துட்டா அந்தக் கடுதாசி உங்க தெருவில் உள்ள போஸ்ட் பாக்சுக்கு வந்து சேராது.’

அனாதை இல்லம் ஒன்றைத் திறந்து வைத்து இப்படிப் பேசியிருந்தார் வாரியார்.

ஏழைக்குச் செய்யும் உதவி இறைவனைச் சென்றடைகிறது. ஆனால், இறைவனுக் கென்று நாம் படைப்பவை ஏழைக்கு வந்து சேராது. இந்த உயரிய கருத்தை வலியுறுத் தவே மேற்கண்ட உவமையைச் சொன்னார் அவர்.

‘மக்கள் தொண்டே மகேசன் தொண்டு’ என்பதே மகான்கள் வகுத்துச் சென்ற ஆன்மிக நெறி.

திருமூலர் அருளிய திருமந்திரமும் இக் கருத்தையே போதிக் கிறது.

படமாடக் கோயில் பகவற்கு ஒன்று ஈயில்
நடமாடக் கோயில் நம்பர்க்கு அங்கு ஆகா
நடமாடக் கோயில் நம்பர்க்கு ஒன்று ஈயில்
படமாடக் கோயில் பகவற்கு அது ஆமே

சிற்ப சித்திரங்கள் அமைந்திருக்கும் பெரிய கோயில். அங்கேயுள்ள இறைவனுக்கு நிவேதனமாக ஒன்று ஈந்தால், நடமாடும் கோயில்களான மனிதருக்கு அந்த நிவேதனம் பயன்படாது.

ஆனால் மனிதருக்கு செய்யும் உதவியானது, அக் கோயிலில் எழுந்தருளியிருக்கும் இறைவனுக்கு இட்ட நிவேதனம் என்கிறார் திருமூலர்.

தானங்களில் எல்லாம் சிறந்தது அன்னதானம். பசித்தவருக்குக் கொடுத்துவிட்டு, அதன் பிறகே சாப்பிடுங்கள் என்பது திருமூலரின் வேண்டுகோள். தானத்திற்கு இன்னொரு முக்கிய இலக்கணம் உள்ளது. வலது கை கொடுப்பதை இடது கை அறியா தன்மையே அது. தம்மை நாடி வருபவர்கள் செல்வந்தரா? வறியவரா? வேண்டியவரா, வேண்டாதவரா? புதிதாக வந்துள்ளவரா, ஏற்கனவே பலமுறை வந்தவரா? என்றெல்லாம் பகுத்துப் பார்க்கக் கூடாது. இக்கருத்தை திருமூலரின் பாடல்வரிகள் பேசுவதைக் கேளுங்கள்.

'ஆர்க்கும் இடுமின்
அவர்இவர் எண்ணன்மின்'

காக்கை உணவைக் கண்டபோது, பிற காக்கைகளையும் அழைத்தே சாப்பிடும். இந்த குணம் இயற்கையாகவே காக்கையினத்திற்கு உண்டு.

'காக்கை கரைந்துண்ணும்
காலம் அறிமினே'

காக்கையின் குணத்திலிருந்து வாழ்க்கையின் தத்துவத்தைக் கற்றுக் கொள்ளுங்கள் என்பதே திருமூலரின் கருத்து.

மனிதர்களுக்குள் மட்டுமல்ல, எல்லா உயிரினங்களுக் குள்ளும் இறைவன் நிறைந்திருக்கிறான்.

> 'யாவர்க்கும் ஆம் உண்ணும் போதுஒரு கைப்பிடி
> யாவர்க்கும் ஆம் பசு வுக்கு ஒரு வாயுறை'

மனிதனாக இருந்தாலும் சரி, விலங்கினமாக இருந்தாலும் பசியாற்றுவதுதான் மனித தர்மம் என்கிறார் திருமூலர்.

'எவன் கெட்ட காரியங்களிலிருந்து விலக வில்லையோ எவனுக்குச் சாந்தி ஏற்பட வில்லையோ, எவனுக்குச் சமாதி கிடைக்க வில்லையோ எவனுடைய மனம் அமைதியைப் பெறவில்லையோ அவனால் ஞானத்தினால் கூடப் பரமாத்மாவை அடைய முடியாது.'

நல்ல மனதின் அவசியத்தை இவ்வாறு வலியுறுத்துகிறது உபநிடதம். கடுமையான தவத்தைக் காட்டிலும் மென்மையான இதயம் வலிமையானது!

நல்ல மனம் இல்லாத ஒருவனிடத்தில் கொடுக்கப்பட்ட வரம் கூட சாபமாகி விடும்.

ஆகமங்கள் அனைத்தும் அறிந்த சிவ கோசாரியாருக்கு ஈசனின் அருட்காட்சி கிடைக்கவில்லை. ஆகமம் என்றால்
12 என்னவென்றே தெரியாத கண்ணப்ப நாயனாருக்கு அந்த பாக்கியம் கிடைத்தது.

காரணம்? அன்பைத் தவிர வேறில்லை!

அசுரர்கள் பலர் கடுமையான தவம் இருந்திருக்கிறார்கள். அதன் பயனாக, சர்வ வல்லமையைத் தரக் கூடிய வரங்களை அவர்கள் பெற்றார்கள்.

நல்ல மனசு இல்லையென்பதால், அந்த வரங்கள் கூட அவர் களுக்கு அழிவையே தந்தன.

திருமூலர் சித்து விளையாட்டுகள் நன்கு அறிந்தவர். யோகம் பயின்றவர்; மருத்துவ நுணுக்கங்கள் அறிந்தவர்; சிவபக்தர் என்ற தகுதிகளை விடவும் ஒழுக்கம் நிறைந்தவர் என்ற தகுதியே அவரை உயர்ந்த இடத்தில் உட்கார வைத்திருக் கிறது.

இரும்பையும் பொன்னாக்கும் வித்தை, அண்டங்கள் யாவும் சென்று வருகிற வித்தை வசியம் போன்ற பல தந்திரங்களை விளக்கிவிட்டு 'பின்குறிப்'பாக திருமூலர் ஒன்றைச் சொல் வார்.

தீய எண்ணங்கள் உள்ளவர்களுக்கு இவை கைவராது என்பதே அது!

திருமூலர் தனது திருமந்திரத்தில் அறக் கருத்துகளை அடிநாத மாக விதைத்துள்ளார்.

இறைவனின் பூஜைக்கென்று எத்தனையோ மலர்கள் காத் திருக்கலாம். அத்தனை மலர்களிலும் சிறந்த மலர் 'கொல்லாமை' எனும் மலர்தானாம்.

> 'பற்றாய நற்குரு பூசைக்குப் பன்மலர்
> மற்றோர் அணுக்களைக் கொல்லாமை'

திருமூலர் ஒரு ஜீவகாருண்ய சீலர் என்பதற்கு இதைவிடவும் சான்றுகள் வேறு தேவையில்லை.

'இலங்கேசுவரன்' என்ற பட்டத்தின் மூலம் சர்வ வல்லமையும் சிவபக்தியும் உடையவனாகத் திகழ்ந்தான் ராவணன். தனது

இசை ஞானத்தால் மலையை கூட உருகச் செய்யும் ஆற்றல் உடையவன்.

அப்படிப்பட்ட ராவணனின் அழிவுக்குக் காரணம் என்ன?

பிறர் மனைவியை விரும்பிய அவனது தீய எண்ணமே!

திருமூலர் இப்படிப்பட்ட பேர்வழிகளை,

'ஆத்த மனையாள் அகத்திலிருக்கவே
காத்த மனையாளைக் காமுறும் காளையர்'

என கடுமையாக சாடியுள்ளார்.

மனிதருக்கு வேண்டிய நல்லகுணம், 'நடுவு நிலை' நீங்காமையாகும்.

இவர் நண்பர், இவர் பகைவர், இவர் தெரிந்தவர், இவர் தெரியாதவர் என்ற எண்ணங்களைத் தாண்டி நீதியின் குரலை ஓங்கி ஒலிப்பதாகும்.

நடுவுநிலையில் நில்லாதவர்களுக்கு ஞானமே வாய்க்காது என்பது திருமூலர் வாக்கு.

'நடுவு நின்றார்க்கன்றி ஞானமும் இல்லை'

'நடுவு நின்றார் சிலர் ஞானிகளாவோர்'

எல்லா அறங்களுக்கும் பிறப்பிடம் அன்பே ஆகும். உயிர் இயக்கங்களுக்கு ஆணிவேராக இருப்பதும் அன்புதான். இறைவனையே பித்தனாக்கி விடுவதும் அன்புதான்.

அன்பையே சிவமாகக் காண்கிறார் திருமூலர். அன்பு வேறல்ல, சிவன் வேறல்ல.

சர்க்கரையிலிருந்து இனிப்பை மட்டும் தனியாக பிரித்தெடுக்க முடியாதது போல,

சிவமும் அன்பும் ஒன்றோடு ஒன்று கலந்தவை.

‘ஒருவரை ஐந்து நிமிடம் பேசவிட்டுப் பார்த்தே அவரது குணநலன்களைச் சொல்லிவிடலாம்’ என்கிறது மனோதத்துவம்.

சினிமா மோகம் உள்ளவர்கள் எந்த விஷயத்தைப் பற்றிப் பேசினாலும் சினிமா தொடர்பான விஷயங்களையே கலந்து பேசுவர்.

அதேபோல், கிரிக்கெட் விளையாட்டை விரும்புகிறவர்கள் பேச்சில், இது தொடர்பான செய்திகளே அதிகம் கலந்திருக்கும்.

திருமூலர் ஓர் ஒழுக்க சீலர்; நல்ல குணங்களில் உறுதி கொண்டவர். போலி மனிதர்களைக் கண்டு பொங்கி எழுபவர் என்பதே திருமந்திரத்திலிருந்து ‘ஸ்கேனிங்’ செய்யப்பட்ட அவரது குணம்.

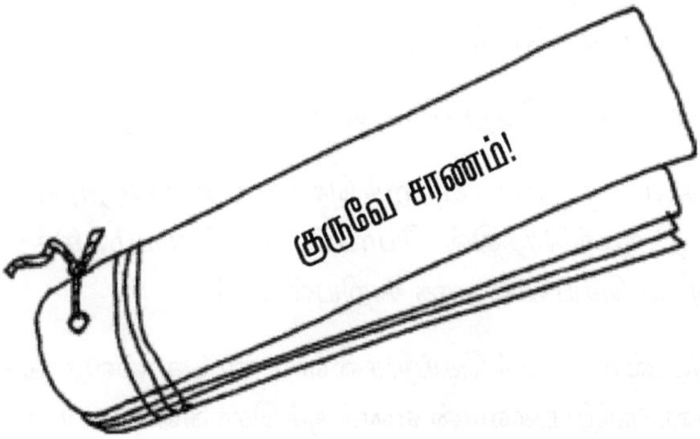

13

ஆசிரியருக்கும் குருவுக்கும் மிகப்பெரிய வேறுபாடு ஒன்று உள்ளது. 'உபதேசித்தல்' என்ற தொழிலில் ஒன்றுபட்டாலும், உபதே சிக்கும் முறையில் வேறுபட்டவர்கள்.

ஆசிரியர் சொல்லி விளங்க வைக்கிறார். குரு சொல்லாமலேயே உணர வைக்கிறார்.

நிறைய கேள்விகள் கேட்க வேண்டும் என்ற எண்ணத்தோடு குருவிடம் செல்பவர் களுக்கு ஓர் அதிசயம் காத்திருக்கும். குருவின் திருமுகத்தைப் பார்த்த பின்பு, அத்தனை கேள்விகளும் அர்த்தமற்றதாகி விடும். எந்தக் கேள்வியும் குருவிடம் கேட்கத் தோன்றாது. ஆனால் கேள்விகளுக் கான பதில் கிடைத்துவிட்ட அனுபவம் அவர்களுக்கு ஏற்படும்.

எத்தனையோ குருமார்கள் இவ்வுலகத்தை வழிநடத்த தோன்றியிருக்கிறார்கள். நல்ல குருவுக்காக சிஷ்யனும் நல்ல சிஷ்யனுக் காக குருவும் காத்துக் கொண்டிருக்கி றார்கள்.

காலத்தின் தேவையறிந்து, இயற்கை அவர்களை ஒன்று சேர்க்கிறது. எவரின் முயற்சியும் இல்லாமலேயே இது நடக்கும்.

குரு - சிஷ்யன் உறவு சீராக அமைந்துவிட்டால், 'இந்த உலகமே, இன்ப மயமாகிவிடுகிறது.

இந்த உயரிய உறவை வலியுறுத்திப் பேசுகிறார் திருமூலர்.

நந்திதேவனை தனது குருவாக ஏற்றுக் கொண்டவர் திருமூலர். அவர் அருளிய திருமந்திரத்தில் யோகம், மருத்துவம், சித்தி போன்ற பல அரிய செய்திகளைக் கூறியுள்ளார்.

ஆனால், ஓரிடத்தில் கூட அச் செய்திகளை தான் சொல்வதாகச் சொல்லவில்லை. 'நந்தி பகவான் எனக்குச் சொன்னார். அதை நான் உங்களுக்குச் சொல்கிறேன்' என்ற கருத்தில்தான் கூறியுள்ளார்.

குருவின் துணையில்லாமல் பெறும் கல்வி பயனற்றது. ஒருவர் எவ்வளவுதான் அறிவும் ஆற்றலும் இயற்கையாக பெற்றிருந்தாலும் கூட, குரு வழியாக பெறப்படும் ஞானமே சக்தி வாய்ந்தது.

திருமூலர் சொல்கிறார்:

> சூரிய காந்தமும் சூழ்பஞ்சும் போலவே
> சூரிய காந்தம் சூழ்பஞ்சைச் சுட்டிடா
> சூரிய சந்நிதி யில் சுகு மாறுபோல்
> சூரிய தோற்றமுன் அற்ற மலங்களே
> சூரிய காந்தம் என்பது ஒருவகை கல்.

சூரியனுடைய ஒளியை ஏற்று வெப்பத்தை வெளியிடும் குணம் உடையது அது. சூரிய ஒளியில் இந்தக் கல் முன் பஞ்சைப் பிடித்தால் பஞ்சு எரிந்து விடும்.

சூரிய ஒளியே இல்லாத இடத்தில் இந்தக் கல்லை வைத்தால், பஞ்சு எரியவே எரியாது. குரு இல்லாத சிஷ்யனின் நிலை, சூரியனின் ஒளியில்லாத சூரிய காந்தக் கல் போல்தான்.

குருவின் அருள் பார்வை பட்டவுடன், அவர் விரல்கள் தொட்டவுடன் சிஷ்யனின் அச்சம், கன்மம், மாயை என்ற மும்மலங்களும் அகன்று விடுகின்றன. எப்படியென்றால், பரிசன வேதி பட்டுவிட்டால் இரும்பு கூட பொன்னாகி விடுவதைப் போல. பரிசன வேதி என்பது இரும்பு, செம்பு, ஈயம் முதலானவற்றைப் பொன்னாக்கும் மருந்து என்பது சித்தர்கள் வாக்கு.

நாம் நம்முடைய குருவை அடையாளம் கண்டு கொண்ட பிறகு அடுத்த பணி என்ன தெரியுமா?

அவருக்காக நம் உடல், பொருள் ஆவி அனைத்தையும் தருவதே ஆகும்.

நம்மை முழுவதுமாக ஒப்படைத்தல் என்று பொருள்.

நாம் காலிப் பாத்திரமாக இருந்தால்தான் குருவின் ஞானத்தை நம்மில் தேக்கி வைக்க முடியும். நாம் நிறைந்த பாத்திரமாகச் சென்றால், குருவின் ஞானம் நம்மிலிருந்து வழிந்தோடிவிடும்.

‘கொள்ளினும் நல்ல குருவினைக் கொள்ளுக
உள்ள பொருள் உடல் ஆவி உடன் ஈக’

என்கிறார் திருமூலர்.

‘அது என்ன நல்ல குருவினைக் கொள்ளுக என்று திருமூலர் சொல்கிறார்?’

நல்ல குருவுக்கான இலக்கணம் என்ன? இயற்கையாகவே நமக்கு எழும் இந்த வினாவுக்கும் விடையளிக்கிறார் திருமந்திர ஆசிரியர்.

‘ஆமா றறியாதோன் மூடன் அதிமூடன்
காமாதி நீங்காக் கலதி கலதிகட்கு
ஆமா றசத்தறி விப்போன் அறிவிலோன்
கோமோன் அலன் அசத் தாகும் குரவனே’

எல்லாம் அறிந்திருந்தும் அதன்படி நடக்காத மூடன் அதாவது 'நிற்க அதற்குத் தக' என்ற வள்ளுவனின் குறள்வழி நடக்கா தவன், ஒன்றுமே தெரியாத மூடன், மாபாவி, காமம் முதலான தீய குணங்களை விட்டு நீங்காதவன், பொய்யான போதனை களைச் சொல்பவன் ஆகியோரெல்லாம் 'குரு' என்ற பெயருக்கு உரியவர்கள் இல்லை.

ஆசிரியன் என்பவன் மலைபோல ஞானத்தால் உயர்ந்திருக்க வேண்டும். நிலம் போல பொறுமை உடையவராக இருத்தல் வேண்டும். மலர் போல மென்மையான மனத்துக்குச் சொந்தக் காரராக இருக்க வேண்டுமென நன்னூல் இலக்கணமும் சொல்கிறது.

கீழ்த்தரமான மாணவர்களையும் அந்நூல் சுட்டிக் காட்டி யுள்ளது.

ஆடானது, தனக்கு வேண்டிய தழை ஒரே இடத்தில் இருந் தாலும் அதே இடத்தில் மேயாது. அங்கு கொஞ்சம் இங்கு கொஞ்சம் என நுனிப்புல் மேய்வது போல மேயும். சில மாணவர்கள் இப்படித்தான் ஞானம் நிறைந்த ஆசிரியரை விட்டுவிட்டு பல ஆசிரியர்களைத் தேடி அலைந்து கொண் டிருப்பார்கள். இங்கு ஆசிரியர் மாணவர்க்கென்று சொல்லப் பட்ட உதாரணத்தை குரு- சிஷ்யனுக்கும் பொருத்திப் பார்த்துக் கொள்ளலாம்.

நம் குருவினை நிழல் போல நீங்காமல் தொடர வேண்டுமென திருமூலர் மேலும் சொல்கிறார்.

'கற்றது கைம் மண்ணளவு' என்ற அடக்க உணர்வே இல்லாமல், 'எல்லாம் தெரிந்த மேதை'களாக பல பேர் உலா வந்து கொண்டிருக்கிறார்கள்.

எங்கள் விருப்பப்படிதான் குரு நடக்க வேண்டும் என்று குரல் கொடுக்கும் இன்றைய இளைய தலைமுறை, திருமூலரின் குரலுக்கு செவிசாய்க்குமா?

ஒரு கோயில்; அங்கே சிவலிங்கம். சிவலிங்கத்தை நோக்கி கால் நீட்டியபடி படுத்துக் கிடந்தான் ஒருவன். அவன் பார்ப்பதற்கு சற்று பைத்தியம் போல் தெரிந்தான். ஆகமப் பொருள்களை கரைத்துக் குடித்த வேதியர் அந்தக் கோயிலுக்கு வந்தார். படுத்துக் கிடந்தவனைப் பார்த்து அதிர்ந்தார்.

'அபச்சாரம்! அபச்சாரம்! கடவுளை உதைக்கிற மாதிரி கால் நீட்டி இருக்கியே? புத்தி இருக்கா?'

படுத்திருந்தவன் அனாசயமாக ஒரு பார்வையை வீசிவிட்டு, 'அப்போ... கடவுள் இல்லாத திசையை நீயே சொல்லு' என்றான்.

அந்தப் பாமரனின் ஒற்றைக் கேள்வி அந்த வேதியரின் தலையில் குட்டுவதைப் போலிருந்தது.

14 கடவுள் இல்லாத இடம் எது? 'வெற்றிடம் என்று எதுவுமில்லை' என்று அறிவியல்

சொல்வது போல, கடவுள் இல்லாத இடமே இல்லை என்ற ஞானம் பிறந்தது அவருக்கு.

அவருக்குப் பிறந்துவிட்டது. இன்னும் கோடானு கோடி மக்களுக்கு இந்த ஞானம் பிறக்கவில்லையே.

இறைவனை தரிசிப்பதற்கு வடக்கில் வாழ்பவர்கள் தென்ன கத்திற்கு வருகிறார்கள். தென்னகத்தில் இருப்பவர்கள் வடக்கு நோக்கிச் செல்கிறார்கள்.

இன்னும் சிலர், மலையடிவாரங்களையும் குகைகளையும் நோக்கி ஓடுகின்றனர்.

ஆனாலும் இறைவனைக் காண முடியவில்லை. இறை வனைக் கண்டு விடுவதற்கான தேடுதல் வேட்டையும் இன்னும் தொடர்ந்து கொண்டுதான் இருக்கிறது. சரி, எங்க தான் இறைவன் இருக்கிறானாம்? திருமூலர் சொல்கிறார்.

‘மாயனை நாடி மனநெடுஞ் தேரேறி
போயின நாடறி யாதே புலம்புவர்
தேயமும் நாடும் திரிந்தெங்கன் செல்வனைக்
காயமிந் நாட்டிடைக் கண்டு கொண்டேனே!’

எந்தெந்த தேசங்களிலேயோ இறைவனைத் தேடி அலை கின்றார்கள். ஆனால் அவனிருப்பதோ இந்த உடல் என்கிற தேசத்தில்தான் என்கிறார் திருமூலர்.

ஒவ்வோர் உடம்புமே சிவாலயம் என்பது திருமூலர் கோட்பாடு.

இன்னும் பல பேர் கடவுள் என்றாலே வானத்தை நிமிர்ந்து பார்ப்பார்கள். வானத்துக்கு அப்பால்தான் வைகுந்தம் இருக் கிறது. அப்படியே கொஞ்ச தூரம் சென்றால் கயிலாயம் இருக் கிறது.

வலப் பக்கம் திரும்பினால் இந்திர லோகம் இருக்கிறது என்றெல்லாம் இங்கே உட்கார்ந்து கொண்டே ‘அட்லஸ்’

தயாரிப்பார்கள். இப்படிப்பட்டவர்களைப் பார்த்து கடுமையாக சாடுகிறார் திருமூலர்.

இறைவன் ஒரு நுண்பொருள். அவனுடைய ஏகாந்தத்தை அனுபவிக்க முடியுமே தவிர, கண்களால் காண முடியாது. கைகளால் தொட்டுணர முடியாது.

வானுக்குள் ஈசனைத் தேடும் மருனர்கள்
தேனுக்குள் இன்பம் சிவப்போ கறுப்போ
தேனுக்குள் இன்பம் சிறந்திருந் தாற்போல்
ஊனுக்குள் ஈசன் ஒளிந்திருந் தானே

தேனை சுவைத்து உணர முடியும். அதன் நிறம் கருப்பா, சிவப்பா? எவரால் சொல்ல முடியும். ஈசனும் அப்படித்தான் தேனுக்குள் இன்பமாக நிறைந்திருக்கிறான் என்கிறார் திருமூலர்.

கண்ணாடி அணிந்து கொண்டு பல பேர் இருக்கிறார்கள். கண்ணாடியை கழற்றி விட்டால் 'எல்லாமே மங்கலாகத் தெரிகிறது. எதுவுமே தெளிவாகத் தெரியவில்லை' என்கிறார்கள். கொஞ்சம் யோசித்துப் பார்ப்போமே கண்ணாடிக்கு பார்க்கும் சக்தி உண்டா? கண்ணாடிக்கு மட்டுமல்ல கண்ணுக்கே அப்படிப்பட்ட சக்தி இல்லை என்கிறது தத்துவம்.

கண்வழியே பார்ப்பது மனம்தான். காதுகள் வழியே கேட்பது மனம்தான். நாவின், உணர்வு நரம்புகளாக இருந்து சுவைப்பது மனம்தான். மூக்கின் வழியாக நறுமணத்தைப் பிரித்து அறிவதும் மனம்தான். தோலின் மூலமானதொரு உணர்வை மூளைக்கு அறிவிப்பதும் மனம்தான். மனம் ஒரு நிலையில் இல்லையென்றால் ஐம்புலன்களும் 'அவுட் ஆப் ஆர்டரில்' இருப்பதை அனுபவிப்பதன் மூலம் நாம் அறியலாம்.

ஐம்புலன்களாக இயங்குவதே ஈசன்தான்.

'கண்ணின்று இயங்கும்
கருத்தவன் தானே' என்கிறார் திருமூலர்.

இந்த ஐம்புலன்களும் ஐந்து பசுக்களைப் போல, மேய்ப் பாரின்றி வெறி கொண்டு திரிந்து கொண்டிருக்கின்றன. இடையன் இல்லாத பசுக்கள் ஊர் சண்டையை ஒட்டுமொத்த மாக வாங்கிக் கொண்டு வரும். இப்படிப்பட்ட ஐம்புலன் என்கிற பசுக்களை மேய்ப்பவன் ஈசன்தான்.

ஆக, இந்த உடம்பு ஓர் ஆலயம். அழிந்து போகக் கூடிய இந்த உடலை உயிர் இருக்கும் வரை உறுதியோடும் ஆரோக்கியத் துடனும் வைத்திருக்க வேண்டும். உடலை இவ்விதமாக வைத்திருக்கும் பயிற்சிக்கு 'காய சித்தி உபாயம்' என்று பெயர்.

ஆன்மாவின் இலட்சியம் நிறைவேற வேண்டுமானால் அது தங்கியிருக்கும் உடலைப் பாதுகாக்க வேண்டும். மெய்ஞ் ஞானம் பெறுவதற்கும் உடலே ஆயுதம். இந்த உடலில்தான் இறைவன் குடிகொண்டிருக்கிறான். இறைவன் தங்கியிருக் கும் வீட்டை அழிய விடலாமா நாம்?

உடம்பார் அழியின் உயிரார் அழிவர்
திடம்பட மெய்ஞ்ஞானம் சேரவும் மாட்டார்
உடம்பை வளர்க்கும் உபாயம் அறிந்தேன்
உடம்பை வளர்த்தேன் உயிர் வளர்த் தேனே.

என்பது திருமூலர் வாக்கு.

முறுக்கேறிய தந்திகளை உடைய வீணையிலிருந்துதானே நல்ல 'ஸ்வரம்' வெளிப்படும்?

'ஆன்மிகவாதிகளுக்கும் உடலே ஓர் வேள்விக் கூடம்'

உங்கள் உடலும் அப்படித்தானே?

15

அகத்திய முனிவரைச் சந்திக்க வேண்டும். சில காலம் அவருடன் தங்கியிருக்க வேண்டும் என்ற ஆசை திருமூலருக்கு ஏற்பட்டது.

ஆகவே, கயிலாயத்திலிருந்து புறப்பட்டு பொதிகைமலையை நோக்கி வந்தார்.

திருக்கேதாரம், பசுபதி நேபாளம், காசி, ஸ்ரீசைலம், திருக்காளத்தி, திருவாலங்காடு, காஞ்சிபுரம், திருவதிகை, சிதம்பரம் ஆகிய தலங்களை வணங்கினார்.

தமது பயணத்தைத் தொடர்ந்த அவர், திருவாவடுதுறையை அடைந்தார். அந்தத் திருத்தலத்தில் அருள்பாலித்துக் கொண்டு இருந்த மாசிலாமணி தெய்வத்தை தரிசனம் செய்தார்.

ஓர் நாள் திருவாவடுதுறையிலிருந்து புறப்பட்டு, காவிரி ஆற்றங்கரை வழியாகச் சென்று கொண்டிருந்தார். ஏதோ ஓர் கதறல் சப்தம் அவரது கால்களை மேலும் முன்னேற விடாமல் தடுத்தது.

மென்மையான இதயம் கொண்டவர் திருமூலர். பசுக் கூட்டத்தின் அந்தப் பரிதாபக் குரல் கேட்டு அவையருகே சென்றார்.

சாத்தனூரைச் சேர்ந்த இடையன் ஒருவன் இறந்து கிடந்தான். அவன் பெயர் மூலன். அவனே அந்தப் பசுக் கூட்டத்தை மேய்த்து வந்தவன்.

பசுக்கள் வயிறார மேய்வது கண்டு அழகு பார்த்து, தான் மட்டும் அரைவயிற்று உணவோடு படுப்பதுதானே இடையர் குலத்தவரின் சிறப்பு?

மனிதர்கள் நன்றியை மறக்கலாம். நன்றி மறவாதவை விலங்கினங்கள். தங்களை வளர்த்தவன் இறந்தது கண்டு. வார்த்தைகளின்றி அவனை சுற்றிக் கொண்டு கதறின பசுக்கள்.

இந்தப் பசுக்களுக்கு எவ்வாறு ஆறுதல் சொல்வது? எப்படி துயர் துடைப்பது என்று பலவாறு குழம்பித் தவித்தார் திரு மூலர்.

இறுதியாக ஒரு முடிவுக்கு வந்தார். இந்த இடையனை மீண்டும் உயிரோடு எழிப்பினாலொழிய பசுக்களின் வேதனை தீர வழியில்லை. பரமசிவனின் அருளால் இந்தப் பசுக்களின் துயரத்தை நீக்க வேண்டும் என்று எண்ணினார்.

தம்முடைய உடலை ஓரிடத்தில் பாதுகாப்பாக வைத்துவிட்டு, தனது உயிரைக் கொண்டு, இறந்த இடையனின் உடலுக்குள் புகுந்தார்.

'கூடுவிட்டு கூடு பாய்தல்' என்ற இந்தக் கலை, சித்தர்களுக்கு கைவந்த கலை.

சட்டையை மாற்றிக் கொள்வது மாதிரியான சாதாரண விளையாட்டு அவர்களுக்கு.

இறந்து கிடந்த மூலன் மீண்டும் உயிர்பெற்று எழுந்தான்.

உயிர்பெற்று எழுந்த எஜமானனைக் கண்டு உற்சாகமடைந்தது பசுக் கூட்டம். மூலனை நாக்கால் நக்கி முகர்ந்தன. பாசத்தால்

கனைத்தன; குளம்புக் கால்களால் துள்ளி குதித்தன. வாலை அசைத்து மகிழ்ச்சியை வெளிப்படுத்தின.

உடல் வேறு, உள்ளே இருக்கும் உயிர் வேறு என்பதை அந்தப் பசுக் கூட்டம் எவ்வாறு அறியும்?

பசுக்களின் மகிழ்ச்சியைக் கண்டு தானும் மகிழ்ந்தார் திருமூலர்.

பசுக்களை புல்வெளிக்குக் கொண்டு சென்று அவைகள் வயிறு நிறைய உண்ணுமாறு மேய்த்தார்.

மாலைப் பொழுது வந்தது. தங்களது கன்றுகளை நினைத்து, சாத்தானூரை நோக்கி தாமாகவே நடக்க ஆரம்பித்தன பசுக்கள்.

பசுக்கள் வீடுகளை அடைய, தான் மட்டும் வெளியிலேயே நின்றார் திருமூலர்.

வெளியில் நிற்கும் மூலனைப் பார்த்துத் திகைத்தாள் அவனது மனைவி.

'இவர் ஏன் வெளியே நிற்கிறார்? அப்படி என்ன கோபமோ என் மீது?' அச்சம் அடைந்தாள் அவள். மெல்ல சென்று அவனது மேனியைத் தீண்ட நெருங்கினாள்.

உடல் மூலனுடையது என்றாலும் உயிர் திருமூலரது ஆயிற்றே!

அவளது கைகள் முழுவதுமாக தன் மீது படும் முன் 'உனக்கும் எனக்கும் எந்த சம்பந்தமும் இல்லை' என்று கூறி அவளது கைகளை உதறித் தள்ளினார்.

இதைச் சற்றும் எதிர்பார்க்காத அவள் 'என்ன காரியம் செய்தீர்கள்?' என்று வினவி உடலும் உள்ளமும் தளர்ந்தாள்.

இந்தச் சூழலால் மனம் வெறுத்துப் போன திருமூலரோ, அப்பகுதியில் உள்ள பொது மடத்துக்குச் சென்று சிவயோகத்தில் ஈடுபட்டார்.

மூலனின் மனைவியோ, இரவெல்லாம் தூக்கமின்றி துடித்தாள். 'காலையில் போகும்போது நன்றாக போன கணவன் வீடு திரும்பியதும் இப்படி நடந்து கொண்டாரே. காத்துக் கருப்பு ஏதாவது அடித்துவிட்டதா அல்லது பைத்தியம்தான் பிடித்துவிட்டதா?' என்று குழம்பினாள்.

ஊர்ப் பெரியோர்களிடமே இந்தப் பிரச்னையை விட்டு விடலாம் என்று தீர்மானித்தாள்.

பொழுது விடிந்தது. முந்தைய நாள் நடந்த சம்பவங்களை அழுகைக்கு இடையே சொல்லி முடித்தாள்.

அவளது குற்றச்சாட்டுகள் குறித்து மூலனிடம் விசாரித்தார்கள் ஊர்ப் பெரியவர்கள்.

இனிமேலும் நடந்ததை மறைத்தால் வம்புதான் வந்து சேரும் என்று உணர்ந்த திருமூலர், இடையன் இறந்துவிட்டதையும், அவனது உடலில் தான் புகுந்திருப்பதையும் தெளிவாகக் கூறினார்.

உண்மையை உணர்ந்த பெரியோர்கள், மூலனின் மனைவிக்கு ஆறுதல் கூறினர். 'இவர் ஒரு சிவயோகி, உனக்குச் சொந்தமான மூலன் இவரில்லை' என்பதையும் தெளிவுபடுத்தி அவளை அனுப்பி வைத்தனர்.

தனது சொந்த உடலை மறைத்து வைத்திருக்கும் இடம் தேடிச் சென்றார் திருமூலர்.

ஆனால், அவரது உடலோ காணவில்லை. தனது மெய்ஞ் ஞானத்தால் சிந்தித்துப் பார்த்தார்.

தான் பூமிக்கு வந்திருக்கும் காரணம் நினைவுக்கு வந்தது.

சைவ ஆகமங்களை தமிழில் செய்வதற்காக வந்திருக்கும் நோக்கம் புரிந்தது.

இந்தக் காரணத்தில்தான் தனது உடல் இறைவனாலேயே மறைக்கப்பட்டது என்பதையும் உணர்ந்தார்.

வந்த நோக்கம் தெளிந்த திருமூலர், திருவாவடுதுறைக்குச் சென்றார். அங்கிருக்கும் சிவபெருமானை வணங்கினார்.

அந்தக் கோயிலுக்கு அருகாமையில் வளர்ந்திருந்தது ஓர் அரச மரம்.

அந்த மரத்தின் கீழ் அமர்ந்து சிவயோக நிலையில் இருந்தார்.

இவ்வாறாக, மூவாயிரம் ஆண்டுகள் இருந்தார்.

ஒவ்வொரு ஆண்டுக்கும் ஒரு பாடல் வீதம் மூவாயிரம் பாடல் கள் பாடினார்.

அந்த மூவாயிரம் பாடல்களைக் கொண்டதே 'திருமந்திரம்' எனும் நூல்.

வந்த நோக்கம் வெற்றிகரமாக முடிந்ததால் திருக்கயிலாயம் திரும்பினார் திருமூலர்.

16

தேவாரத் திருப்பதிகங்களை உடைய திருத்தலங்கள் மொத்தம் 274. அவற்றுள் திருவாவடுதுறை திருத்தலமும் ஒன்று.

திருவாவடுதுறையில்தான் திருமூலரின் சமாதி உள்ளது. இந்த ஊர் சித்தர்களின் தவபூமி என்றால் மிகையில்லை.

நவகோடி சித்தர்கள் சிவஞானம் பெற இங்குதான் தவம் செய்துள்ளனர். அதனால் இந்த ஊருக்கு நவகோடி சித்தபுரம் என்றும் பெயர் உண்டு.

இங்கு எழுந்தருளியிருக்கும் இறைவன், முனிவர்களுக்குச் சிவஞான உபதேசம் செய்தார். அந்தணர்களுக்கு வேதத்தின் பொருளை அருளிச் செய்தார்.

போக சித்தர், நவகோடி சித்தர் போன்றவர்களுக்கு அட்டமா சித்திகளையும் அறியச் செய்தார். இதனால் சித்தர்கள் இங்கு எப்போதும் வசிப்பதாகக் கூறுவர்.

இத்தலத்தில் அருள்துறை என்னும் பெயரில் ஒரு திருமடம் இருந்தது. இங்குதான் மாணிக்கவாசகர் தாம் பாடிய திருவாசகத்தை ஒழுங்குபடுத்தினார்.

திருப்பெருந்துறையில் குருந்த மரத்தடியில் மாணிக்க வாசகருக்கு காட்டிய கோலத்தை, இங்கும் அவருக்கு இறைவன் அருளினார்.

இத்தலத்தில் தைமாதம் பெருவிழா ஒன்று நடக்கும். இந்த தைமாத பிரம்மோற்சவத் திருவிழாவின் இரண்டாம் நாள் பிரசித்தி பெற்றது. அன்று காலை இறைவனுடன் திருமூலரின் திருவுருவமும் எழுந்தருளும். திருமூலர் திருவுருவத்தின் முன் ஒரு பசுவும் கன்றும் கொண்டு செல்லப்படுகிறது. பின்பு, சுவாமி, திருமூலருடன் வீதி உலா வந்து சந்நிதியை அடைவார். அதன்பிறகு திருமூலர் வரலாறு வாசிக்கப்படும். அதனைத் தொடர்ந்து பசுவுக்கு பூஜையும் தீபாராதனையும் நடக்கும்.

திருமூலர் புராணத்தில் குறிப்பிடப்படும் சாத்தனூர் திருவாவடுதுறைக்குத் தெற்கே மூன்று கிலோ மீட்டர் தொலைவில் உள்ளது.

இத்தகைய பெருமை வாய்ந்த இத் திருத்தலத்தில் வெளிப் பிரகாரத்தின் வடமேற்கு மூலையில் திருமூலர், திருக்கோயில் கொண்டு எழுந்தருளியிருக்கிறார்.

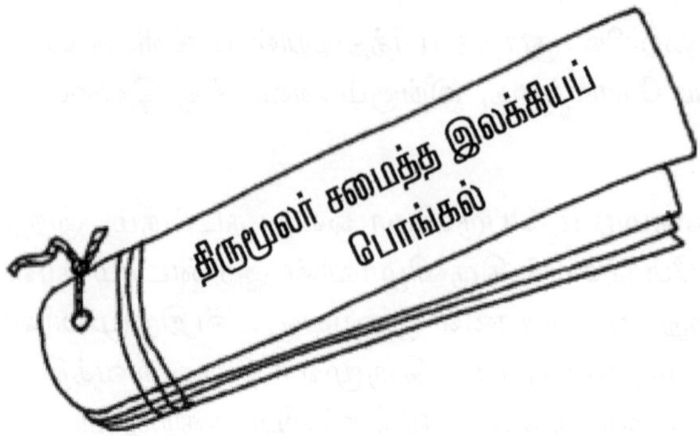

17

ஆகம விளக்கம், சித்தாந்தம், மந்திரம் போன்ற அடர்த்தியான விஷயங்களைப் பேசும் நூல் திருமந்திரம். யோகிகள், ஞானிகள் மட்டுமே உணரக்கூடிய செய்திகளையெல்லாம் பாமர மக்களிடம் கொண்டு போய் சேர்ப்பதற்கு, தேர்ந்த இலக்கியவாதி ஒருவன் தேவை.

திருமந்திரத்துக்கு அப்படியொரு இலக்கியவாதி கிடைத்தான். அவரே திருமூலர்!

திருமந்திரத்தில் அவர் கையாண்டிருக்கும் இலக்கிய உத்திகள் வியக்கத் தகுந்தவை.

உவமை, உருவகம், உள்ளுறை உவமம் ஆகிய இலக்கிய உத்திகளை, அருமையாக கையாண்டிருக்கிறார். சொக்க வைத்திடும் சொல்லாட்சிகளைக் கையாண்டு, வாசகர்களைக் கவர்ந்திருக்கிறார்.

'போது புனைகழல் பூமியதாவது
மாது புணைமுடி வானக மாவது

நீதியுள் ஈசன் உடல் விசும்பாய் நிற்கும்
ஆதியில் நின்ற தப்பரிசமே'

என்ற பாடலில்,

'சிவபிரான் திருவடியை பூமியாகக் கொண்டால், அவனது திருமுடி ஆகாயமாகும். வானத்துக்கும் பூமிக்கும் இடைப் பட்ட பகுதியே அவனது திருமேனியாகும்' என்று ஈசனின் முழுவடிவத்தையும் உருவகித்துள்ளார் திருமூலர்.

வடிவமே இல்லாத பரம்பொருளை மனித வடிவில் கற்பனை செய்வதென்பது கடினமான விஷயமே! இலக்கிய ஆற்றல் கைவரப் பெற்ற திருமூலருக்கு இது இயல்பாக வாய்த்திருக் கிறது.

அறியாமை எனும் இருளில் மூழ்கித் திளைக்கும் ஜீவாத் மாவை, கருணை மிக்க பரமாத்மாவானது மீட்டெடுத்துத் தன்னோடு ஐக்கியமாக்கிக் கொள்கிறது.

இப்படியொரு கடினமான செய்தியை, சாதாரண மக்களிடம் திருமூலர் கொண்டு செல்லும் உத்தியைப் பாருங்கள்!

குருடன் ஒருவன், அவனிருப்பதோ இருட்டறையில். அவனை அணுகினாள் ஒரு குமரிப் பெண். 'நீ குருடனல்ல; நீ இருக்கும் அறையில்தான் இருள் சூழ்ந்திருக்கிறது. இந்த அறையிலிருந்து நீ வெளியே வரும்பட்சத்தில் ஒளிமயமான உலகத்தை உன்னாலும் காண முடியும்' என்று விளக்கம் கூறி அவனைத் தெளிவித்ததுடன், அவனையே மணந்தும் கொண்டாள்.

இங்கே, குருடன் ஜீவாத்மா; குமரிப்பெண் பரமாத்மா! - இதனை,

'இருட்டறை மூலை இருந்த கிழவி
குருட்டுக் கிழவனைக் கூடல் குறித்துக்
குருட்டினை நீக்கிக் குணம் பல காட்டி
மருட்டி அவனை மணம் புரிந்தாளே'

என்று பாடுகிறார் திருமூலர்.

பஞ்ச பூதங்களால் அமைந்த உடலைத்தான் மனிதர்கள் அனைவரும் பெற்று வாழ்கின்றனர். சிலர் நீண்ட நாள் பூமியில் வாழ்கிறார்கள். சிலர் அற்ப ஆயுளில் இறந்துவிடுகிறார்கள். ஏன் இந்த இருவேறுபட்ட வாழ்க்கை? இத்தகைய முரண்பாட்டுக்கு எவர் காரணம்?

திருமூலர் சொல்கிறார் பாருங்கள்!

களி மண்ணால் செய்யப்பட்ட இருவகை பாத்திரம் ஓரிடத்தில் இருந்தன. அதில் ஒன்று சூளையில் வைத்து சுடப்பட்டது; உறுதியானது. இன்னொன்று பச்சை மண்ணாலான பாத்திரம்.

ஒருநாள் மழை வந்தது. சிறிதுநேரம் கழித்து மழை நின்று போனது. சூளையில் சுடப்பட்ட பானை இன்னும் தன் உறுதியான இயல்போடு இருந்தது. பச்சை மண்ணாலான பாத்திரமோ மழை நீரில் கரைந்து விட்டிருந்தது.

இரண்டு பாத்திரங்களும் ஒரேவகை மண்ணால் செய்யப்பட்டவை என்றாலும், வினைகளில் வேறுபட்டவை. சூளையால் சுடப்பட்டது நல்வினை. பச்சை மண்ணாகவே இருந்தது தீவினை. மனித வாழ்க்கையின் முரண்பாட்டுக்கும் இவ்வினைகளே காரணம் என்கிறார் திருமூலர்.

பாடல் இதோ:

> ‘மண்ணொன்று கண்டீரே இருவகைப் பாத்திரம்
> திண்ணென்றிருந்தது தீவினை சேர்ந்தது
> விண்ணின்று நீர்விழின் மீண்டு மண்ணாற்போல்
> எண்ணின்றி மாதர் இறக்கின்றாரே’

ஜீவாத்மா மாயையில் சிக்கித் தவித்துக் கொண்டிருக்கிறது. ஆனால், அந்த மாயையிலிருந்து விடுபட்டு அது பரமாத்மாவை அடையுமானால், ஜீவாத்மா என்ற ஒன்றே இல்லாமல் போய்விடுகிறது.

ஜீவாத்மா பரமாத்மா என்ற சொற்களே வாசகனை பயமுறுத்தி விடும் என்று உணர்ந்த திருமூலர், அவ்விரு ஆத்மாக்களையும் பறவையுடன் உருவகித்துப் பேசுகிறார்.

‘அன்ன மிரண்டுள ஆற்றங்கரையினில்
துன்னி யிரண்டும் துணைப் பிரியா தன்னம்
தன்னிலை யன்னம் தனியொன் றதென் றக்கால்
பின்ன மடவன்னம் பேறணுகாதே’

என்று பாடுகிறார்.

ஆற்றங்கரையினில் துள்ளி விளையாடிக் கொண்டிருக்கும் அந்த இரு அன்னங்களும் தன்னிலை மறந்துவிட்டால் அங்கு தோன்றுபவை ஒரேயொரு அன்னமாகவே இருக்கும் என்று வேதாந்தக் கருத்துக்கு விளக்கம் தருகிறார் திருமூலர்.

பிரளயம் என்பது ஓராயிரம் சுனாமிகளை ஒட்டுமொத்தமாக குத்தகைக்கு எடுத்துக் கொள்ளும் ஒரு மொத்த வியாபாரி போல!

பூமி பிளந்திடும்; கடல் பொங்கி எழுந்திடும்; எரிமலைக் குழம்பு கொதித்து பூமியை எரிக்கும். உலகத்தையே நடுங்க வைக்கும் இந்தப் பிரளயத்தின் போது உலகின் நிலை என்ன? திருமூலர் சொல்வதைப் பாருங்கள்.

‘உலை தந்த மெல்லரி போலும் உலகம்’

என்கிறார்.

மலைகளோடு கூடிய இந்த உலகமானது உலையிலிட்ட அரிசி போல கொதிக்குமாம். எல்லோரும் அறிந்த ஒன்றை உவமையாகக் கூறுவதே திருமூலரின் வெற்றி ரகசியம் ஆகும்.

இயற்கையின் சட்ட திட்டங்கள் அதிசயமானவை ஆனாலும் அர்த்தமுள்ளவை. நீர், நெருப்பு, காற்று ஒவ்வொன்றும் ஒவ்வொரு வகையினில் சக்தி வாய்ந்தவை. ஆனால் ஒரு சக்தி

இன்னொரு சக்தியைக் கட்டுப்படுத்தும் சமநிலையைக் கொண்டவை.

கடல்நீர் அளவுக்கு அதிகமாக பெருகி, உலகத்தையே குடித்து விட்டால் என்னாவது? என்ற அச்சமே நமக்குத் தேவை யில்லை. நீரை அடக்கிட நெருப்பை உருவாக்கி வைத் துள்ளான் இறைவன். நீரை மாயமாகப் பருகும் ஆற்றல் நெருப் புக்கு உள்ளது. இயற்கையின் இந்த ரகசியத்தை,

'திகைத்த தெண்ணீர் கடல்ஒலி ஓசை
மிகைக் கொள அங்கி மிகாமை வைத்தானே'

என்று பாடியுள்ளார்.

இன்னொரு இடத்தில் யோகியை ஓர் போர் வீரனைப் போல் உருவகம் செய்து பார்த்துள்ளார் திருமூலர்.

மனத்திடை நின்ற மதிவாள் உருவி
இனத்திடை நீக்கி இரண்டற வீழ்த்தும்
புனத்திடை அஞ்சும் போகாமல் மறித்தால்
தவத்திடை யானொளி தன்னொளியாமே

அறிவு எனும் வாளை ஏந்தி, இறைவன் வேறு தான் வேறு என்று என்னும் எண்ணத்தை வெட்டியெறிய வேண்டும். ஐம்பொறிகளையும் வெளியேசென்று மேயவிடாமல் தடுத் தால், தவஒளியானது தனக்குள் சுடர்விடுவதைப் பார்க்கலாம் என்று வழிகாட்டுகிறார் அவர்.

பூமியில் இருக்கும் பல தீர்த்தங்களைத் தேடி அலைந்து கொண்டிருக்கின்றனர் அறியாதவர். அவர்களைப் பார்த்துத் திருமூலர் கூறுகிறார்:

'உனக்குள்ளேயே இருக்கின்றது கங்கை தீர்த்தம் உனக் குள்ளேயே குடைந்து பார்! உனக்குள்ளிருந்தே பல தீர்த்தங்கள் பீறிட்டு வரும். அதில் நீங்கள் புனித நீராடி மகிழலாம்!' என்கிறார் திருமூலர். பாடல் இதோ:

'உள்ளத்தின் உள்ளே உளபல தீர்த்தங்கள்
மெள்ளக் குடைந்து நின்றாடார்'

எளிய சொற்கள், கருத்தாழம், கற்பனைச் சிறகு... கவிஞனுக் குரிய அத்தனைத் தகுதியுடனும் கம்பீரமாக உலா வருகிறார் திருமூலர்.

18

மந்திரத்துக்கும் மொழிக்கும் இடையே யுள்ள வேறுபாடு என்ன?

சமுதாயத்தில், வெளிப்படையாக பேசப் படுவது மொழியாகும்.

மனிதன் தனக்குள்ளாகவே உச்சரித்துக் கொள்வது மந்திரமாகும். அதுவும் கட வுளை நோக்கிய வழிபாட்டையே மந்திரம் என்கிறோம்.

> ‘நிறைமொழி மாந்தர் ஆணையிற் கிளந்த
> மறை மொழி தானே மந்திரம்’

மந்திரத்தை மறைமொழி என்று குறிப்பிடு கிறது தொல்காப்பியம்.

மந்திரத்தை வலியுறுத்தும் மகான்களுள் திருமூலரும் ஒருவர்.

இவர் இயற்றிய திருமந்திரத்தில் மந்திரத் தியானத்தையே பெரிதும் வலியுறுத்தி யுள்ளார்.

மந்திரத் தியானத்தை மேற்கொள்ளும் ஒருவருக்கு, பரவெளி ஞானம் கிடைப்பது நிச்சயம் என்று சொல்கிறார்.

'வான்பற்றி நின்ற மறைபொருள் சொல்லும்
ஊன்பற்றி நின்ற உணர்வுறு மந்திரம்
தான் பற்றப் பற்றத் தலைப்படுந் தானே'

என்பது திருமூலரின் வாக்கு.

பொதுவாக, முக்தி அடைவதற்கான வழிகளில் ஒன்றாகவே மந்திரத்தைச் சொன்னார்கள் ஞானிகள்!

ஆனால் திருமூலரோ, இந்தப் பிறவியில் ஒருவன் சுகத்தை அனுபவிப்பதற்கும், மந்திரங்கள் பயன்படும் என்று கூறியுள்ளார்.

சிவ மந்திரமான பஞ்சாட்சர மந்திரத்தைத் தியானிப்பவர்கள், இறைவனின் பொற்பாதத்தைக் காணலாம். நல்ல மனைவி அமையப் பெறுவர். ஆரோக்கியமான குழந்தைகளைப் பெறுவர். பொருள் செல்வம் கூடும். பெண் சுகத்தைப் பெற்று வாழ்வர் என்று வரிசைப்படுத்திக் கூறியுள்ளார் திருமூலர்.

பெண்ணின்பத்தைச் சிற்றின்பம் என்று துறவிகள் இகழ்ந்து கொண்டிருக்கும் வேளையில், பஞ்சாட்சர மந்திரம் ஓதுவோருக்கு பெண் சுகம் கிடைக்கும் என்று திருமூலர் கூறியிருப்பது வியக்கத் தகுந்தது!

இறைவனை கோயிலுக்குச் சென்று வழிபடுவது சிறந்ததா? மனத்தளவில் தியானிப்பது சிறந்ததா? என்ற குழப்பத்திற்கும் முற்றுப்புள்ளி வைக்கிறார் திருமூலர்.

அக வழிபாடு, புற வழிபாடு இவ்விரண்டுமே இறைவழி பாட்டின் இரண்டு முகங்கள் ஆகும்.

இறைவனிடம் நம்மை அனுப்பிவைக்கும் வாசலாக அமைந்திருப்பது, அகவழிபாடாகிய மந்திரத் தியானமே.

இறைவனே மந்திர வடிவானவனாக உள்ளான். ஆகவே, அவனை மந்திரம் சொல்வதன் மூலமே அடையமுடியும் என்றும் அவர் கூறுகிறார்.

'இருக்கின்ற மந்திரம் சிவன் திருமேனி' என்கிறது திருமந்திரம். மந்திரத்தை ஓதும் முறை யாது?

மந்திரத்தை வாய்விட்டுக் கூறாமல் மனத்தளவிலேயே ஜெபிக்க வேண்டும் என்கிறார் திருமூலர். இதனை,

'பொன்னான மந்திரம் புகலவும் ஒண்ணாது
பொன்னான மந்திரம் பொறி கிஞ்சுகத்தாகும்'

என்று பாடுகிறார்.

'சிவாய நம' என்ற வார்த்தையில் அப்படி என்ன சக்தி இருக்கிறது? ஒலியின் வரிவடிவம்தானே எழுத்து? ஐந்து ஒலிகளின் இணைப்புத்தானே பஞ்சாட்சர மந்திரம் என்று எவரும் கருதிவிடக் கூடாது என்று எச்சரிக்கிறார் திருமூலர்.

இந்தப் பஞ்சாட்சர எழுத்துதான் உன் தலையெழுத்தை அழிக்கும் எழுத்து என்கிறார் அவர்!

'பழுத்தன ஐந்தும் பழமறையுள்ளே
விழித்தங் குறங்கும் வினையறி வாரில்லை
எழுத்தறிவோ மென்று ரைப்பார் ஏதர்
எழுத்தை அழுத்தும் எழுத்தறி யாரே'

ஒலியிலிருந்தே இந்த உலகம் தோன்றியது என்ற தத்துவத்தை நமக்கு உணர்த்துவதே சிவன் கையில் இருக்கும் உடுக்கை யாகும். தாவர இனத்தில் மூலிகை மாதிரி, ஒலிகளுள் சக்திவாய்ந்தது பஞ்சாட்சர மந்திரமாகும்!

'நாதப் பிரம்மம் சிவநடமாமே'

என்கிறது திருமந்திரம்!

'ஓம்' என்ற பிரணவ மந்திரத்திலிருந்தே உலகமனைத்தும் தோன்றின. ஆன்மாவில் நுண்ணிய வடிவாக உள்ள சிவ, பர, ஜீவ ரூபங்களும் ஓங்காரத்திலிருந்தே தோன்றின. ஆகவே இந்தப் பஞ்சாட்சர மந்திரத்தை தினமும் ஜெபித்து வந்தால், உன் வாழ்க்கையே வசந்தமாகிவிடும் என்பது திருமூலர் வாக்கு!

பொதுவாக ஒவ்வொரு மந்திரத்துக்கும் ஒவ்வொரு அதி தேவதை கூறும் வழக்குண்டு. பஞ்சாட்சர மந்திரத்துக்கு சிவனே அதி தெய்வம் ஆவான்.

பஞ்சாட்சர தியானத்தில் உள்ளொடுங்கிச் செல்லும்போது தூலம், சூக்குமம், ஆதிஆக்குமம் என்ற மூன்று படிநிலைகள் உண்டு. அவைகளைத் தாண்டிச் செல்லும்போது இறைவனின் திருவடியை நாம் காண முடியும்.

ஈசனின் திருநடனத்தைக் காண்பதே பேரானந்தமான ஒன்று. அந்த நடனத்தை நாம் காண முடியுமா?

யாராலும் முடியும் என்கிறார் திருமூலர்.

பரம்பொருளுக்குரிய மந்திரத்தை ஐம்பொறிகளும் ஒடுங்கிய நிலையில் உச்சரிக்கும்போது இறைவன் நமக்குள் ஒளி விட்டுப் பிரகாசிப்பான். மந்திரத்தின் வழியே அப்பரம் பொருள் அனுபவத்தை எவராலும் பெற்றுவிட முடியும்.

சிவனின் திருநடனத்தைக் காண திருத்தலங்களைத் தேடி நாம் அலைய வேண்டியதில்லை. பஞ்சாட்சர மந்திரமே போது மானது!

நீரும் சிரசிடைப் பன்னிரண்டங் குலம்
ஓடும் உயிரெழுத்து ஓங்கி உதித்திட
நாடுமின் நாதாந்த நம்பெருமான் உகந் (து)
ஆடுமிடம் திருஅம்பலந் தானே

பஞ்சாட்சர மந்திரத்தை ஓதும் முறையிலும் ஒரு நுணுக்கம் உண்டு.

உலகியல் நன்மைக்காக நாம் அதை உச்சரிக்கும்போது, நம சிவாய என்று உச்சரிக்க வேண்டும்.

ஆன்ம ஈடேற்றத்துக்காக உச்சரிக்கும்போது சிவாய நம என உச்சரிக்க வேண்டும்.

மந்திர வழிபாட்டில் திருமூலர் குறிப்பிடும் சக்கரங்கள் புதுமையானவை!

குறுக்கும் நெடுக்குமாக சில கோடுகள் வரைந்து, அந்தக் கோடுகள் மூலம் ஏற்படும் கட்டத்துக்குள், மந்திர எழுத்து களை எழுதி உச்சரித்தால், அபரிதமான சக்தி நமக்கு கிடைக்கு மாம்.

நவாக்கரி சக்கரம், சாம்பவி மண்டலச் சக்கரம், பிரணவ சக்கரம் போன்ற பல்வேறு சக்கரங்களைப் பற்றியும் விவரித்துள்ளார் அவர்.

நேராகவும் குறுக்காகவும் ஆறாறு கோடுகள் கீறினால் 25 சதுரங்கள் அமையும். அந்தச் சதுரங்களில் பஞ்சாட்சர எழுத்து களை எழுதினால் திருவம்பலச் சக்கரம் கிடைக்கும்.

இந்தச் சக்கரத்தை மனதில்கொண்டு பஞ்சாட்சரத்தை உச்சரிக் கும்போது, தெய்வீக அனுபவம் விரைவில் கிடைக்கும்.

பத்துக் கோடுகளை குறுக்கும் நெடுக்குமாகக் கீறினால் 81 கட்டங்கள் அமையும். இவற்றில் ஒன்பது எழுத்துகளைக் கொண்ட தேவி மந்திரத்தை எழுதி வழிபட, தேவியின் அருளால் நினைத்ததைப் பெறலாம்.

இவ்வொன்பது எழுத்துகளையும் கிலீம், ஸ்ரீம், ஹ்ரீம், ஐம், கௌம், கிரீம், ஹைம், ஔம், சௌம், எனும் முறையில் வரிசைபடுத்திக் கொள்ளலாம். அந்த வரிசைப்படி சக்கரத்தின் கட்டங்களில் எழுதி வழிபட வேண்டும் என்கிறார் திருமூலர்.

இந்த மந்திர எழுத்துகள் ஒவ்வொன்றையும் வரிசை மாற்றி எழுதி உச்சரிக்கும்போது, ஒவ்வொருவிதமான சக்தி கிடைப்பதாக அவர் மேலும் விவரித்துள்ளார்.

திருமூலர் குறிப்பிடும் எல்லா சக்கரங்களிலும், பிரணவ சக்கரம் சற்று வித்தியாசமானது.

மற்ற சக்கரங்களெல்லாம் புறத்தே கோடு வரைந்து, மந்திர எழுத்துகளை எழுதி உச்சரிப்பதாகும்.

பிரணவ சக்கரமோ மனத்தளவிலேயே கோடுகள் வரைந்து, மனத்தளவில் மந்திர எழுத்துகளை கட்டங்களுக்குள் நிரப்பி, மனத்தளவில் உச்சரிப்பதாகும். ஆகவே இந்தச் சக்கர வழிபாடு மிக விரைவிலான பலனைத் தந்துவிடுவதாக திருமூலர் பரிந்துரைத்துள்ளார்.

திருமூலர் காட்டும் மந்திர நெறி, நம் வாழ்க்கை முறையையே மாற்றியமைத்துவிடும் என்ற நம்பிக்கை நமக்குள் பிறந்துவிட்டதல்லவா?

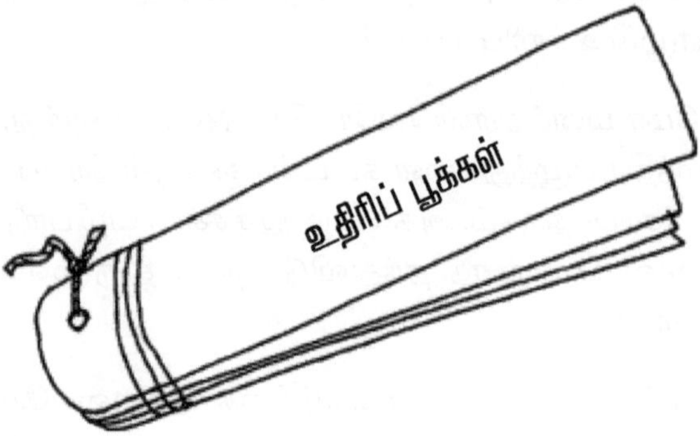

கால், கண்ணுக்குத் தெரியாது!

காலைப்பிடி! காரியம் நடக்கும்! என்று பலர் கூறுவதைக் கேட்டிருக்கிறோம்.

தனக்கு ஒரு காரியம் ஆக வேண்டும் என்பதற்காக வசதி படைத்தவரிடம் அல்லது வலிமையுள்ளவரிடம் சென்று 'ஜால்ரா அடிப்பது' என்பது இதற்கு அர்த்தமல்ல.

'கால்' என்பதற்கு காற்று என்று அர்த்தம். உடலிலிருந்து, காற்றை எடுத்துச் சென்று விடுவதால் யமனை 'காலன்' என்கிறோம்.

மாளிகையின் உள்ளே காற்று சென்று வர, அமைக்கப்படும் சன்னலுக்குக் 'காலதர்' என்று பெயர் (கால் - காற்று; அதர் - வழி)

மூக்கின் வழியாகச் செல்லும் காற்றைப் பிடித்து வைத்தால் நீ நினைத்த காரியம் நடக்கும் என்பதே திருமூலரின் கருத்தாகும்.

19

'ஒன்று' சொல்கிறேன்...!

'ஒன்றானவன்' என்று இறைவனைக் குறிப்பிடுவது எதன் அடிப்படையில்?

ஆன்மிக அடிப்படையிலா? அறிவியல் அடிப்படையிலா?

மனிதன், விலங்கு, தாவரம், புழு போன்றவற்றிலும் சூரியன், சந்திரன், விண்மீன் போன்றவற்றிலும் அணுக்கரு (Nucleus) ஒன்றாகவே உள்ளது.

இதுவே அனைத்து உயிர்களின் மூலாதாரம் ஆகும்.

அனைத்து உயிர்களின் அணுக்கருவாக விளங்குபவன் இறைவனே என்ற உண்மைக் கருத்தையே,

> 'மண்ஒன்று தான்பல நற்கலம் ஆயிடும்
> உள்நின்ற யோனிகட்கு எல்லாம் ஒருவனே'

என்ற வரிகள் மூலம் உணர்த்தியுள்ளார் திருமூலர்!

கண்கட்டி வித்தை!

உலகில் உள்ள பொருள்கள் மூன்று நிலையினை உடையன.

1. ஒளிபுகும் பொருள்கள் 2) ஒளிபுகாப் பொருள்கள் 3) ஒளி கசியும் பொருள்கள்.

இந்த மூன்று நிலைகளில் நம் உடலானது ஒளிபுகாப் பொருளில் அடங்கும்.

யோகப் பயிற்சியின் மூலம் ஒருவர் தன் உடலை, ஒளிபுகும் பொருளாக மாற்றிக் கொள்ள முடியும்.

மனித உடலில் ஒளி ஊடுருவி விட்ட பிறகு, உடல்தன் பழைய குணத்தை இழந்துவிடுகின்றது.

யோகிகளின் உடலும் இந்த அடிப்படையில்தான், மனித கண்களுக்குத் தெரியாமல் மறைந்துகொள்ள முடிகிறது.

உடலில் யார் கோடு வரைந்தது?

அண்டத்தில் உள்ளதே பிண்டத்தில் உள்ளது என்பது சித்தர்கள் கண்ட உண்மை.

இந்த உண்மையின் அடிப்படையில், பூமியில் ஓடும் நிலநடுக் கோட்டைப் போன்றே, நமது உடலிலும் ஒரு நடுக்கோடு இருப்பதாக திருமூலர் கூறியுள்ளார்.

நிலநடுக்கோடானது மேரு, தில்லை, திருவாலங்காடு இலங்கை ஆகிய இடங்களை இணைக்கிறது.

வலப்புறத்தில் இயங்கும் மூச்சு, இடது புறம் இயங்கும் மூச்சு, புருவ மத்தி, தலை உச்சி ஆகிய இடங்களை இணைத்துக் கொண்டு, உயிர் நாடி எனும் நடுக்கோடு ஓடுகிறதாம் இது திருமூலர் கண்ட நடுக்கோடு!

வீடு பழுதாகி விட்டதா?

மனிதஉடலை, ஒரு வீடாக உருவகித்துக் காட்டுகிறார் திருமூலர்.

உடம்பு ஒரு வீடு போலாகும் அந்த வீட்டுக்குத் தூண்களாக இரு கால்கள்: வீட்டின் உச்சியிலிருக்கும் உத்திரம் போல மனித உடலில் முதுகுத் தண்டு. உத்திரத்துக்குப் பக்கத்தில் சாற்றப்பட்டுள்ள சாற்றுக் கழிகளாக முப்பத்திரண்டு விலா எலும்புகள். இவைகளைக் கொண்டு வேயப்பட்ட வீட்டின் கூரையாகத் தசைகள்!

இவ்வாறு கட்டப்பட்ட வீடும் சிதைந்து போகும், நம் உடலும் சிதைந்து போகும்.

வீட்டைச் சிதையாமல் காக்கும் பொறுப்பு நம்மிடமே உள்ளது.

தமிழால் பல பேருக்குத் தகுதி கிடைத்தது. ஆனால் ஒரு சிலரால் மட்டுமே தமிழுக்குத் தகுதி கிடைத்தது.

தமிழில் மந்திர நூல்கள் இல்லை. தமிழ் மொழிக்கு மந்திர சக்தி இல்லை என்று காலகாலமாக பேசப்பட்டு வந்தது.

இப்படிப்பட்ட வதந்தியை முதன்முதலாக முறியடித்தவர் திருமூலர்!

‘தமிழில் அர்ச்சனை செய்யப்படும்’ என்று தமிழக ஆலயங்களில் இன்று விளம்பரப் படுத்தப்படுகிறது.

இந்த விளம்பரத்தால், பெருமையோ மகிழ்ச்சியோ கொள்வதற்கு இடமே யில்லை.

‘மீனவர் வீட்டில் மீன் குழம்பு’ என்ற செய்தியில் வியப்பதற்கு ஒன்றுமில்லை.

20

‘இங்கு வடமொழியிலும் அர்ச்சனை செய்யப்படும்’ என்று விளம்பரப்படுத்தும்

காலமே தமிழுக்குப் பொற்காலமாகும். மந்திரங்களுக்கு உரிய ஓசை தமிழில் இல்லை என்ற வாதம் பொய்யான ஒன்றாகும்.

சுந்தரருக்காக பரவையார் வீட்டுக்கு இறைவனே தூது போனானே, எதற்காக?

சுந்தரரின் மயக்கும் தமிழால்தானே!

நீண்டகாலமாக திருக்காப்பு செய்யப்பட்டிருந்த வேதாரண்ய திருக்கோயில் கதவினை திறக்க வைத்தது.

ஞான சம்பந்தரின் இளமைத் தமிழ் அல்லவா?

கல்லைக் கட்டி, கடலில் தூக்கியெறியப்பட்டபோதும் கல்லே தெப்பமாகி மாறி அப்பரை மிதக்க வைத்ததே.

அப்பரின் வடமொழிப் பாடல் கேட்டா இந்த அதிசயம் நடந்தது?

இறந்துபோன அப்பூதியடிகளின் மகனை உயிர்ப்பிக்க, அப்பர் இறைவனை நோக்கி பாடிய பாடல் எந்த மொழிப் பாடல்?

குதிரை ஓட்டி வரும் சேவகனாகவும், மண் சுமக்கும் கூலித் தொழிலாளியாகவும் வந்து பாண்டிய மன்னனிடம் பிரம்படி பட்டானே ஈசன்!

எதற்காக?

மாணிக்கவாசகரின் உருக வைக்கும் தமிழால்தானே!

இவ்வாறு, இறைவனையே ஈர்க்க வைத்த தமிழுக்கு, மந்திரசக்தி இல்லை என்போரின் வாதம் ஒரு முடக்கு வாதமே!

கயிலாய மலையிலிருந்த திருமூலர் பொதிகை மலை நோக்கி வந்ததன் காரணம் என்ன?

அகத்தியன் மேல் அவர் கொண்டிருந்த தமிழ்க் காதல் தானே!

‘சைவ ஆகமங்களை தமிழில் படைக்கவே இறைவன் என்னைப் பணித்தான்’ என்று பெருமையோடு பேசுகிறார் திருமூலர்!

திருக்குறள், திருமந்திரம் என்ற இரு நூல்களுமே ‘திரு’ என்ற மரியாதை அடைமொழியை தன்னகத்தே கொண்டவை.

இந்த இரு நூல்களுமே தமிழனுக்குப் பெருமை சேர்ப்பவை.

இத்தனை ஆயிரம் ஆண்டுகளுக்குப் பிறகும் திருமந்திரம் நம்மை திரும்பிப் பார்க்க வைக்கும் தந்திரம் என்ன?

அந்நூலில் ததும்பிக் கிடக்கும் அர்த்தப் போஷாக்குதான்!

அரிதான செய்திகளையும் பாமரத் தமிழில் பாடிய புலவன் திருமூலர்.

‘பன்னருங் கலை ஞானத்தால்
பராக்கிரமத்தால் அன்பால்
உன்னத இமமலை போல்
ஓங்கிடும் கீர்த்தி யெய்தி
இன்புற்றார் என்று மற்றோர்
இயம்பக் கேட்டிடல் எந்நாளோ’

என்று ஏங்கினான் பாரதிதாசன்.

அவன் பாடிய கலைஞானம், வீரம், அன்பு ஆகிய குணங்கள் நிரம்பப் பெற்றவர் திருமூலர்.

திருமூலர் ஒரு தமிழன் என்று சொல்வதில் ஒவ்வொரு தமிழனுக்கும் கௌரவம் மட்டுமல்ல. கர்வமே கூட கொள்ளலாம்.

இந்த பூமி சுழலும் வரை, இந்தக் கடலலையும் அந்தக் காற்று மண்டலமும் ஒவ்வொரு தமிழனின் உதடுகளும் திருமூலர் பெயரை உச்சரித்துக் கொண்டே இருக்கும்.

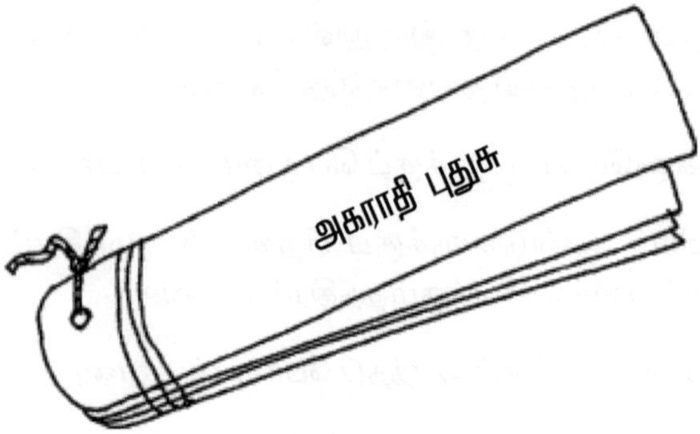

சந்திர கலை - இடது நாசியின் வழியாக செல்லும் மூச்சு

சூரிய கலை - வலது நாசியின் வழியாக செல்லும் மூச்சு

பூரகம் - பிராணயாமத்தில் மூச்சை உள்ளே இழுப்பது

கும்பகம் - பிராணயாமத்தில் மூச்சை உள்ளே நிறுத்துவது

ரேசகம் - பிராணயாமத்தில் மூச்சை வெளியே விடுவது

சரியை - ஒழுக்கத்துடன் இருத்தல்

கிரியை - கடமை உணர்வுடன் செயல் படுதல்

யோகம் - அறிவும் மனமும் ஒன்றுபட்டு இயங்குதல்

சுவாதிஷ்டானம் - தலை உச்சிக்குக் கீழேயும் புருவமத்திக்கு மேலேயும் இருக்கும் ஆதாரம்.

21

மணிபூரகம் - தலையின் பொறி மூளைக்கும் உயிரை ஆளுகிற மூளைக்கும் இடையில் இருக்கும் ஆதாரம்.

விசுத்தி - தலையின் வலது பக்க மூளையையும் இடது பக்க மூளையையும் இணைக்கும் ஓர் வீதியாக இருக்கும் ஆதாரம்.

ஆக்ஞை - தலையின் உள்நாக்குக்கு மேலே வலது பக்க மூளைக்கும் இடது பக்க மூளைக்கும் செல்லும் வீதியாக இருக்கும் ஆதாரம்.

குதம் - உள்நாக்குக்கு வலது பக்கம் இருக்கும் பகுதி

குய்யம் - உள்நாக்குக்கு இடது பக்கம் உள்ள பகுதி

கலர் - பந்தம்

அகலர் - பந்தம் அற்றவர்

விஞ்ஞான கலர் - ஆணவ மலத்தை மட்டும் உடையவர்கள்

பிரளயாகலர் - ஆணவம், கன்மம் ஆகிய இரு மலங்களை உடையவர்கள்

சகலர் - ஆணவம், கன்மம், மாயை ஆகிய மூன்று மலங்களும் உடையவர்கள்.

கிரியை - வழிபாடு.

மூலாதாரம் - தலை உச்சி

வாசியோகம் - பன்னிரண்டு அங்குலமாக வெளியேறும் மூச்சின் அளவை படிப்படியாக குறைக்கும் பயிற்சி.

சமாதி - அக அனுபவம்

ஹம்ச மந்திரம் - ஜபம் கூறும்போது, மனத்தளவில் உதட்டளவில் வாய்விட்டு ஜபித்தல்.

ஆகர்ஷணம் - மறைவில் உள்ள ஒருவரை முன்னால் கொண்டுவந்து நிறுத்தும் சக்தி.

தம்பனம் - ஒருவனது இயக்கத்தை தடுத்துக் காட்டும் சக்தி.

மோகனம் - பிறரை மயங்க செய்யும் சக்தி.

மாரணம் - மந்திரத்தால் இறக்கச் செய்தல்

வித்துவேஷணம் - பகையை விளைவிக்கும் சக்தி

சூதம் - ரசம்

சதாசிவம் - முழுமுதற் கடவுள்

வேதாந்தம் - உடம்புக்குள்ளே அனுபவிப்பது

சித்தாந்தம் - அண்டத்திலே அனுபவிப்பது.

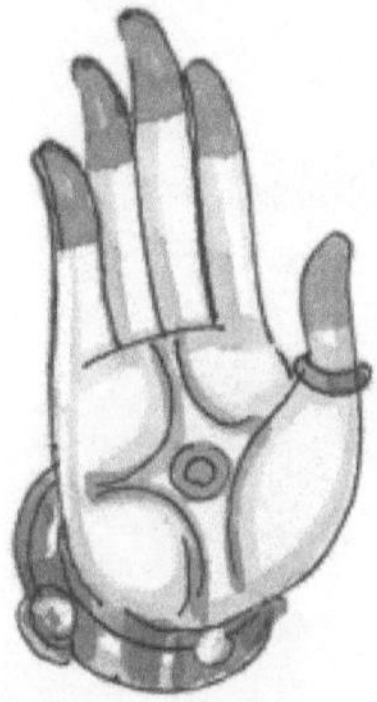

இன்பமே சூழ்க...

எல்லோரும் வாழ்க!

Printed by Libri Plureos GmbH in Hamburg,
Germany

9 788183 683111